Pag-ibig:
Katuparan ng Kautusan

Pag-ibig:
Katuparan ng Kautusan

Dr. Jaerock Lee

Pag-ibig: Katuparan ng Kautusan ni Dr. Jaerock Lee
Inilathala ng Aklat ng mga Urim (Kumakatawan: Johnny H. kim)
73, Yeouidaebang-ro 22-gil, Dongjak-gu, Seoul, Korea
www.urimbooks.com

Ang lahat ng Karapatan ay nakalaan. Ang aklat na ito o mga bahagi niyaon ay hindi maaaring ipalimbag sa anumang anyo, itago sa ibang mga nakukuhang sistema, o maisalin sa anumang anyo o sa anumang pamamaraan, elektroniks, mekanikal, pagkopya, pagrerecored, o sa makatuwid ng walang paunang sulat pahintulot ng taga-paglathala.

Maliban na lamang na ito ay naipa-alam, ang lahat ng mga siping hango sa Kasulatan na kinuha mula sa Banal na Biblia, Bagong Pamantayang Pambibliya, ©, May karapatan sa Pagkopya © 1960, 1962, 1963, 1968, 1971, 1972, 11973, 1975, 1977, 1977, 1995 ng Lockman Foundation. Ginamit ng may Pahintulot.

Karapatang sipi © 2016 ni Dr. Jaerock Lee
ISBN: 979-11-263-0801-9 03230
Naisaling Siping May karapatan © 2011 ni Dr. Esther K. Chung, Ginamit nang may pahintulot.

Unang Limbag Febrero 2021

Naunang Nailathala sa Koreano ng Mga Aklat ng Urim noong 2002

Sinuri ni Dr. Geumsun Vin
Dinesenyo ng Kagawarang Editoryal ng Mga aklat ng Urim
Nailimbag ng Palimbagang Kumpanya ng Prione
Para sa karagdagang impormasyon: urimbook@hotmail.com

"Ang pag-ibig ay hindi gumagawa ng masama sa kanyang kapwa; ang pag-ibig ang siyang katuparan ng kautusan."

Mga Taga-Roma 13:10

Pambungad

Umaasang mararating ng mga magbabasa ang Bagong Jerusalem sa pamamagitan ng espirituwal na pag-ibig

Nagbigay ng isang maiksing pagsususlit sa publiko ang isang kumpanya ng patalastas o pag-aanunsyo sa UK, tinanong nila kung ano ang pinakamabilis na paraan ng pagbiyahe mula sa Edinburgh, Scotland patungo sa London, England. Bibigyan ng malaking premyo ang taong magbibigay ng mapipiling sagot. Ang napiling kasagutan ay, 'magbiyahe ka kasama ang minamahal mo'. Batid natin na kung kasama natin sa biyahe ang mga taong minamahal natin, parang sandali lang ang biyahe kahit malayo ang lugar. Tulad nito, kung minamahal natin ang Diyos, hindi magiging mahirap para sa atin ang pagsasabuhay ng Salita Niya (1 Juan 5:3). Hindi ibinigay ng Diyos sa atin ang Kautusan para pahirapan tayo sa pagsunod nito.

Ang salitang 'Law' (Kautusan) ay nagmula sa salitang Hebreo na 'Torah', na may kahulugang 'batas o tuntunin' at 'aral'. Kadalasan, tinutukoy ng Torah ang Pentateuch, kasama dito ang Sampung Utos. Pero sa pangkalahatan, tinutukoy ng 'Kautusan' ang 66 na aklat ng Biblia o ang mga batas ng Diyos na nagsasabi sa ating gawin, huwag gawin, sundin, o iwaksi ang ilang mga bagay. Marahil, iniisip ng mga tao na walang kaugnayan sa isa't isa ang Kautusan at ang pag-ibig, pero hindi sila pwedeng paghiwalayin. Ang pag-ibig ay pag-aari ng Diyos, at kung hindi natin iibigin ang Diyos, hindi natin lubos na masusunod ang kautusan. Matutupad lang ang Kautusan kung susundin natin ito ng may pag-ibig.

May isang kwentong nagpapakita sa atin ng kapangyarihan ng pag-ibig. Bumagsak ang sinasakyang eroplano ng isang kabataang lalaki habang lumilipad ito patawid ng isang disyerto. Napakayaman ng ama niya, binayaran niya ang mga grupong maaaring maghanap at magligtas sa anak niya, pero walang nangyari. Nagpakalat siya ng milyong pulyeto sa disyerto. Isinulat niya sa pulyeto ang, 'Anak, mahal kita!' Nakapulot ng isang pulyeto ang anak niya na pagala-gala sa disyerto. Nagbigay ito sa kanya ng lakas ng loob, sa bandang huli, nakita at nailigtas siya. Nailigtas ng tunay na pag-ibig ng ama ang kanyang anak. Tulad ng ama na nagpakalat ng milyong pulyeto sa disyerto, mayroon din tayong tungkulin na ipakalat ang pag-ibig ng Diyos sa hindi mabilang na mga kaluluwa.

Pinatunayan ng Diyos ang pag-ibig Niya sa pamamagitan ng pagbibigay ng bugtong na Anak Niyang si Jesus sa sanlibutan para iligtas ang sangkatauhan na puno ng kasalanan. Pero ang mga ligalista noong panahon ni Jesus ay nakatuon lang sa pagsunod sa Kautusan, hindi nila naunawaan o nakita ang tunay na pag-ibig ng Diyos. Hanggang sa hatulan nila ang bugtong na Anak ng Diyos na si Jesus, bilang isang lapastangan na binabalewala ang kautusan, Siya ay ipinako nila sa krus. Hindi nila naunawaan ang pag-ibig ng Diyos na nakapaloob sa Kautusan.

Isang napakagandang halimbawa at paglalarawan ng 'espirituwal na pag-ibig' ang ika-13 kabanata ng 1 Mga Taga-Corinto. Sinasabi nito sa atin ang tungkol sa pag-ibig ng Diyos na ibinigay ang bugtong Niyang Anak para iligtas tayong mga nakatakdang mamatay dahil sa kasalanan. Tungkol din ito sa pag-ibig ng Panginoon na iniwan ang kaluwalhatian Niya sa Langit at namatay sa krus dahil sa pag-ibig Niya para sa atin. Kung gusto din nating ihatid ang pag-ibig ng Diyos sa napakaraming kaluluwang mamamatay dito sa mundo, dapat nating maunawaan ang espirituwal na pag-ibig at isabuhay ito.

"Isang bagong utos ang sa inyo'y ibinibigay Ko, na kayo'y magmahalan sa isa't isa. Kung paanong minahal Ko kayo, magmahalan din kayo sa isa't isa. Sa pamamagitan nito ay makikita ng lahat ng mga tao na kayo ay Aking mga alagad, kung kayo'y may pag-ibig sa isa't isa" (Juan 13:34-35).

Ang librong ito ay inilathala para masuri ng isang mananampalataya kung gaano kalaki ang kanilang espirituwal na pag-ibig at kung gaano na nila binago ang sarili nila ayon sa katotohanan. Nagpapasalamat ako kay Geumsun Vin, direktor ng kawanihan ng editoryal, at sa kanyang mga tauhan. Umaasa ako na susunod sa Kautusan ng may pag-ibig ang lahat ng magbabasa ng librong ito para makarating sila sa Bagong Jerusalem, ang pinakamagandang tirahan sa kalangitan.

Jaerock Lee

Panimula

Umaasa ako na sa pamamagitan ng katotohanan ng Diyos, magbabago ang mga makakabasa ng librong ito dahil sa paghubog ng perpektong pag-ibig.

Tinanong ang mga babaing may asawa ng isang istasyon ng telebisyon. Ang katanungan ay kung pakakasalan ba ng mga babaing ito ang asawa nila ngayon kung magkakaroon sila ng muling pagkakataon para magpakasal. Nakakabigla ang naging resulta, 4% lang ang magpapakasal ulit sa asawa nila. Mahal marahil nila ang mga asawa nila kaya sila nagpakasal sa mga ito, pero bakit nagbago ang isip nila? Ito'y dahil wala silang espirituwal na pag-ibig. Ituturo ng librong ito, Pag-ibig: Katuparan ng Kautusan, ang tungkol sa espirituwal na pag-ibig.

Unang Bahagi: 'Kahalagahan ng Pag-ibig', susuriin ang iba't ibang klase ng pag-ibig sa pagitan ng mag-asawa, mga magulang at mga anak, mga magkakaibigan at kapwa tao. Bibigyan tayo ng ideya tungkol sa pagkakaiba ng makalaman na pag-ibig at espirituwal na pag-ibig. Ang espirituwal na pag-ibig ay hindi nagbabagong pagmamahal sa isang tao, hindi umaasa ng kapalit. Sa kabaliktaran, nagbabago ang makalaman na pag-ibig, depende sa pangyayari at situwasyon. Napakahalaga at napakaganda ng espirituwal na pag-ibig.

Pangalawang Bahagi: 'Pag-ibig ayon sa Kabanata tungkol sa Pag-ibig', hinati sa tatlong bahagi ang 1 Mga Taga-Corinto 13. Ang unang bahagi ay, 'Ang Pag-ibig na Hinahangad ng Diyos' (1 Mga Taga-Corinto 13:1-3), pagpapakilala ng kabanata. Sinasabi dito ang kahalagahan ng espirituwal na pag-ibig. Ang pangalawang bahagi, 'Mga Katangian ng Pag-ibig' (1 Mga Taga-Corinto 13:4-7), ay ang pinakamahalagang bahagi ng kabanata ng pag-ibig. Sinasabi dito ang labinlimang katangian ng espirituwal na pag-ibig. Ang pangatlong bahagi ay, 'Perpektong Pag-ibig', ang pagtatapos ng kabanata ng pag-ibig. Sinasabi nito sa atin na kailangan natin ng pananampalataya at pag-asa habang nabubuhay tayo dito sa mundo at sumusulong patungo sa kaharian ng langit, pero ang pag-ibig ay magpapatuloy nang walang hanggan kahit sa kaharian ng langit.

Pangatlong Bahagi: 'Pag-ibig ang Katuparan ng Kautusan', ipinapaliwanag kung ano ang kahulugan ng pagtupad sa Kautusan nang may pag-ibig. Inihahatid nito ang pag-ibig ng Diyos na nangangalaga sa atin dito sa mundo, at ang pag-ibig ni Cristo, na nagbukas ng pintuan para sa kaligtasan natin.

Sa 1,189 kabanata ng Biblia, isang kabanata lang ang Kabanata ng Pag-ibig. Pero maikukumpara ito sa isang mapa na nagtuturo kung saan makikita ang kayamanan dahil sasabihin nito kung paano makakarating sa Bagong Jerusalem. Kahit mayroon tayong mapa, at batid natin ang daan, wala itong halaga kung hindi natin ito susundin. Wala itong saysay kung hindi tayo magpapakita ng espirituwal na pag-ibig.

Nalulugod ang Diyos sa espirituwal na pag-ibig. Pwede tayong magkaroon nito kung pakikinggan at isasabuhay natin ang Salita ng Diyos na siyang Katotohanan. Sa sandaling magkaroon tayo ng espirituwal na pag-ibig, tatanggapin natin ang pagmamahal at pagpapala ng Diyos, at makakapasok tayo sa Bagong Jerusalem, ang pinakamagandang tirahan sa Langit. Pag-ibig ang pinakalayunin ng Diyos sa paglikha at pangangalaga ng tao. Idinadalangin ko na mahalin nawa ng mga magbabasa ang Diyos una sa lahat, at ang kapwa nila tulad ng pagmamahal nila sa sarili para makuha nila ang susi na magbubukas ng mga pintuang perlas ng Bagong Jerusalem.

Geumsun Vin
Direktor, Kawanihan ng Editoryal

Nilalaman ~ *Pag-ibig: Katuparan ng Kautusan*

Pambungad · VII

Panimula · XI

Unang Bahagi Kahalagahan ng Pag-ibig

    Kabanata 1 Espirituwal na Pag-ibig · 2

    Kabanata 2 Makalaman na Pag-ibig · 10

Pangalawang Bahagi Pag-ibig ayon sa Kabanata tungkol sa Pag-ibig

    Kabanata 1 Ang Pag-ibig na Hinahangad ng Diyos · 24

    Kabanata 2 Mga Katangian ng Pag-ibig · 42

    Kabanata 3 Perpektong Pag-ibig · 160

Pangatlong Bahagi Pag-ibig ang Katuparan ng Kautusan

    Kabanata 1 Ang Pag-ibig na Diyos · 172

    Kabanata 2 Ang Pag-ibig ni Jesu-Cristo · 184

"Kung kayo'y umiibig sa mga umiibig sa inyo, ano ang mapapala ninyo? Ang mga makasalanan man ay umiibig sa mga umiibig sa kanila."

Lucas 6:32

Unang bahagi

Kahalagahan ng Pag-ibig

Kabanata 1 : **Espirituwal na Pag-ibig**

Kabanata 2 : **Makalaman na Pag-ibig**

Espirituwal na Pag-ibig

"Mga minamahal, mag-ibigan tayo sa isa't isa, sapagkat ang pag-ibig ay sa Diyos at ang bawat umiibig ay ipinanganak ng Diyos at nakakakilala sa Diyos. Ang hindi umiibig ay hindi nakakakilala sa Diyos; sapagkat ang Diyos ay pag-ibig."

1 Juan 4:7-8

Kumakaba ang dibdib at lumilipad ang isipan natin kapag naririning natin ang salitang 'pag-ibig.' Kung magmamahal tayo ng tapat sa isang tao sa buong buhay natin, ang buhay na ito ay mapupuno ng pinakamataas na antas ng kaligayahan. May mga pagkakataong makakarinig tayo ng mga kwento tungkol sa mga taong napagtagumpayan kahit ang kamatayan at nagawang pagandahin ang kanilang buhay sa pamamagitan ng kapangyarihan ng pag-ibig. Kailangang-kailangan ang pag-ibig para maging masaya ang buhay; mayroon itong malaking kapangyarihan para baguhin ito.

Ayon sa diksyunaryo, ang pag-ibig ay 'isang malalim o malaking pagmamahal na nagmumula sa mga kapamilya o mga taong malapit sa iyo' o kaya, 'ito ay pagmamahal batay sa paghanga, kabaitan, o mga interes o mga kinahihiligang bagay na magkatulad.' Ang klase ng pag-ibig na binabanggit ng Diyos ay mas mataas ang antas, ito ay espirituwal na pag-ibig. Hinahangad ng espirituwal na pag-ibig ang mas makakabuti sa ibang tao; nagbibigay ito ng kagalakan, pag-asa, at buhay sa kanila. Hindi ito nagbabago. Higit sa lahat, hindi lang ito para sa buhay natin dito sa mundo na pansamantala lang kundi dadalhin nito ang kaluluwa natin patungo sa kaligtasan, at buhay na walang hanggan.

Kwento Tungkol sa Isang Babaing Dinala ang Asawa sa Iglesya

Mayroong isang babaing tapat sa pagiging Cristiano. Pero pinahirapan siya ng asawa niya, pinigilan siya nito sa pagsisimba. Kahit nahihirapan, dumalo siya araw-araw sa pulong-panalangin sa madaling araw, para idalangin ang asawa niya. Isang araw, dumating siya sa pulong-panalangin na dala ang sapatos ng asawa niya. Habang yakap-yakap ang sapatos, nanalangin siya habang umiiyak, "Diyos ko, ngayong araw na ito, ang mga sapatos na ito lang ang nagsimba, pero sa susunod, dalhin din po Ninyo ang may-ari nito sa simbahan."

Paglipas ng ilang panahon, may nangyari. Nagsimba ang lalaki. Ito ang buong kwento: tuwing papunta sa trabaho ang lalaki, nararamdaman niyang mainit ang sapatos niya. Isang araw, nakita niyang umalis ang asawa niyang bit-bit ang mga sapatos niya, sinundan niya ito. Pumasok ito sa simbahan.

Masama ang loob niya, pero gusto niyang malaman kung bakit ito ginagawa ng asawa niya. Habang tahimik siyang lumapit sa kinaroroonan ng asawa niya, narinig niyang nananalangin ito, yakap ang mga sapatos niya. Narinig niya ang dalangin, bawat isang salita ay para sa kabutihan at pagpapala para sa kanya. Naantig ang damdamin niya. Nalungkot siya sa ginagawa niyang pakikitungo sa asawa niya. Sa bandang huli, hinaplos ng pagmamahal ng asawa ang damdamin niya, naging tapat na Cristiano siya.

Humihiling ng panalangin ko ang karamihan sa mga misis na nasa ganitong situwasyon. Sinasabi nila, "Pinapahirapan ako ng asawa ko, nagsisimba kasi ako. Idalangin po ninyo na itigil na niya ang pag-usig sa akin." Pero, sasagutin ko ito ng, "Magmadali ka sa pagpapabanal mo, magpakaespirituwal ka. Ito ang lulutas ng problema mo." Magiging espirituwal ang pagmamahal nila sa asawa nila kung iwawaksi nila ang mga kasalanan at magiging espirituwal. Sinong asawang lalaki ang magpapahirap sa asawang babaing nagsasakripisyo at nagsisilbi ng buong puso?

Dati, ang asawang lalaki ang sinisisi ng asawang babae. Pero ngayon, dahil binago na ng katotohanan, aaminin niya na siya ang mali at magpapakababa. Papawiin ng espirituwal na liwanag ang kadiliman, kaya magbabago din ang asawang lalaki. Sino sa inyo ang mananalangin para sa isang taong nagpapahirap sa inyo? Sinong magsasakripisyo at magbibigay ng tunay na pagmamahal sa mga kapwang napabayaan? Ang mga anak ng Diyos na nakaranas ng tunay na pag-ibig mula sa Panginoon ang makakagawa nito.

Walang Pagbabagong Pagmamahalan at Pagkakaibigan ni David at ni Jonathan

Si Jonathan ay anak ni Saul, ang unang hari ng Israel. Nang makita niyang patumbahin ni David ang kampeon ng mga taga-Filisteo na si Goliat sa pamamagitan ng tirador at bato, nabatid niyang ito ay isang mandirigmang pinili ng Diyos. Bilang isang heneral ng hukbo, humanga si Jonathan sa katapangan ni David. Magmula noon, minahal ni Jonathan si David tulad ng pagmamahal niya sa sarili niya. Nagkaroon sila ng malapit at matibay na pagkakaibigan. Handang ibigay ni Jonathan ang lahat ng bagay para kay David.

Pagkatapos niyang makapagsalita kay Saul, ang kaluluwa ni Jonathan ay napatali sa kaluluwa ni David, at minahal siya ni Jonathan na gaya ng kanyang sariling kaluluwa. Kinuha siya ni Saul nang araw na iyon, at hindi na siya pinahintulutang umuwi sa bahay ng kanyang ama. Nang magkagayo'y nakipagtipan si Jonathan kay David sapagkat kanyang minahal siya na gaya ng kanyang sariling kaluluwa. Hinubad ni Jonathan ang balabal na nakasuot sa kanya at ibinigay kay David, pati ang kanyang baluti, tabak, busog, at pamigkis (1 Samuel 18:1-4).

Si Jonathan ang susunod na magiging hari dahil siya ang unang anak na lalaki ni Haring Saul. Pwedeng ikagalit ni Jonathan ang pagmamahal ng mga mamamayan kay David. Pero hindi niya hinangad ang maging hari. Sa halip, inilagay niya sa panganib ang buhay niya nang iligtas niya si David sa tangkang pagpatay ni Saul para manatili siya sa trono. Hindi nagbago ang pagmamahal na ito hanggang sa kamatayan. Nang mamatay si Jonathan sa labanan sa Gilboa, nagluksa, nanangis, at nag-ayuno si David hanggang gumabi.

Ako'y namamanglaw dahil sa iyo, kapatid kong Jonathan; ikaw ay naging kalugod-lugod sa akin; ang iyong pagmamahal sa akin ay kahanga-hanga, higit pa sa pagmamahal ng mga babae (2 Samuel 1:26).

Pagkatapos maging hari ni David, hinanap niya si Mefiboset, ang nag-iisang anak na lalaki ni Jonathan. Ibinalik niya dito ang lahat ng ari-arian ni Saul, at inilagaan ito sa palasyo na parang sariling anak (2 Samuel 9). Gaya nito, ang espirituwal na pag-ibig ay pagmamahal sa kapwa na hindi nagbabago, at nang buong buhay, kahit walang benepisyong makukuha dito o pwedeng makasira sa inyo. Ang pagiging magiliw na may inaasahang kapalit ay hindi tunay na pagmamahal. Ang espirituwal na pag-ibig ay pagsasakripisyo ng sarili at pagbibigay sa kapwa nang walang pasubali, may pusong dalisay at tapat na motibo.

Hindi Nagbabagong Pag-ibig ng Diyos at ng Panginoon para sa Atin

Maraming tao ang nakakaranas ng makabagbag damdaming pasakit na dulot ng makalaman na pag-ibig sa buhay nila. Kapag nasasaktan at nalulungkot tayo dahil sa pag-ibig na madaling magbago, mayroong aaliw sa atin at magiging kaibigan natin. Ito ay ang Panginoon. Siya ay kinapootan at iniwan ng mga tao kahit wala Siyang kasalanan (Isaias 53:3). Nauunawaan Niya ang mga damdamin natin. Iniwan Niya ang kaluwalhatian Niya sa Langit at bumaba dito sa lupa para magdusa. Dahil dito, Siya ay naging tunay na kaaliwan natin at kaibigan. Binigyan Niya tayo ng tapat na pag-ibig hanggang sa mamatay Siya sa krus.

Bago ako naging mananampalataya sa Diyos, nagdusa ako sa maraming klaseng karamdaman. Malalim ang karanasan ko sa sakit ng kalooban at kalungkutan dahil sa matinding kahirapan. Dahil tumagal ng pitong taon ang karamdaman ko, ang natira na lang sa akin ay ang sakiting katawan, lumolobong utang, galit ng mga tao, kalungkutan at kawalan ng pag-asa. Iniwan ako ng mga taong pinagkatiwalaan at minahal ko. Pero may lumapit sa akin noong panahong damang-dama kong nag-iisa ako sa buong sansinukob. Ito ay ang Diyos. Nang makatagpo ko ang Diyos, gumaling ng sabay-sabay ang lahat ng karamdaman ko, nagkaroon ako ng bagong buhay.

Walang bayad ang pag-ibig na ibinibigay sa akin ng Diyos. Hindi ako ang unang nagmahal sa Kanya. Siya ang lumapit at iniabot ang mga kamay Niya sa akin. Habang binabasa ko ang Biblia, naririnig ko ang pagpapahayag Niya ng pag-ibig sa akin.

Malilimutan ba ng babae ang kanyang batang pasusuhin, na siya'y hindi mahahabag sa anak ng kanyang sinapupunan? Oo, ang mga ito'y makakalimot, ngunit hindi kita makakalimutan. Narito Aking inanyuan ka sa palad ng mga kamay Ko, ang iyong mga pader ay laging nasa harapan Ko (Isaias 49:15-16).

Dito nahayag ang pag-ibig ng Diyos sa atin, sapagkat sinugo ng Diyos ang Kanyang bugtong na Anak sa sanlibutan upang tayo'y mabuhay sa pamamagitan Niya. Narito ang pag-ibig, hindi sa tayo'y umibig sa Diyos, kundi Siya ang umibig sa atin, at sinugo ang Kanyang Anak na pantubos sa ating mga kasalanan (1 Juan 4:9-10).

Hindi ako iniwan ng Diyos sa mga pagdurusa ko kahit tinalikuran na ako ng lahat. Nang madama ko ang pag-ibig Niya, hindi ko napigilang lumuha. Damang-dama ko ang katapatan ng pag-ibig Niya dahil sa mga pasakit na pinagdusahan ko. Pastor na ako ngayon, isang lingkod ng Diyos, magbibigay ng kaginhawahan sa maraming kaluluwa, at magbabayad ng pagpapalang ibinigay Niya sa akin.

Ang pag-ibig ay ang Diyos mismo. Ibinigay Niya ang bugtong

Niyang Anak dito sa mundo para sa ating mga makasalanan. Naghihintay Siya sa pagpunta natin sa kaharian ng langit kung saan naglagay Siya ng maraming mahalaga at magagandang bagay. Madadama natin ang mabuti at masaganang pag-ibig ng Diyos kung bubuksan natin kahit kaunti ang puso natin.

Mula pa ng likhain ang sanlibutan, ang kanyang walang hanggang kapangyarihan at pagka-Diyos, bagaman hindi nakikita, ay naunawaan at nakita sa pamamagitan ng mga bagay na Kanyang ginawa, upang wala silang maidadahilan (Mga Taga-Roma 1:20).

Bakit hindi ninyo isipin ang magandang kalikasan? Ang asul na kalangitan, ang malinaw na dagat, ang lahat ng punungkahoy at halamanan ay mga bagay na ginawa ng Diyos para sa atin, para magkaroon tayo ng pag-asa sa kaharian ng langit habang narito tayo sa mundo, hanggang sa makarating tayo doon.

Mula sa alon na humahalik sa dalampasigan; mga bituing tila sumasayaw habang nagniningning; malakas na dagundong ng mga talon; at banayad na hanging humahaplos sa atin, maririnig natin ang tinig ng Diyos na bumubulong ng pagmamahal Niya para sa atin. Dahil pinili tayong maging mga anak ng isang mapagmahal na Diyos, anong klaseng pag-ibig ang dapat nating taglayin? Dapat magkaroon tayo ng walang hanggan at tunay na pag-ibig, hindi ang walang kabuluhang pag-ibig na nagbabago ayon sa mga pangyayari.

Makalaman na Pag-ibig

"Kung kayo'y umiibig sa mga umiibig sa inyo, ano ang mapapala ninyo? Ang mga makasalanan man ay umiibig sa mga umiibig sa kanila."
Lucas 6:32

May isang lalaking nakatayo sa harapan ng napakaraming tao, natatanaw nila ang Dagat ng Galilea. Tila umiindak sa haplos ng banayad na hangin ang asul na maliliit na alon sa likuran Niya. Tahimik ang mga tao para mapakinggan ang mga salita Niya. Sinasabi Niya sa mga tao na nakaupo sa mga burol na maging liwanag at asin sa mundo at mahalin kahit ang mga kaaway, sa mahinahon ngunit matapang na pananalita.

Sapagkat kung umiibig kayo sa mga umiibig lang sa inyo, anong gantimpala mayroon kayo? Hindi ba gayun din ang ginagawa maging ng mga maniningil ng buwis? At kung mga kapatid lang ninyo ang inyong binabati, anong ginagawa ninyo na higit kaysa iba? Hindi ba't kahit ang mga Hentil ay gayundin ang ginagawa? (Mateo 5:46-47)

Sinabi ni Jesus na pwedeng magpakita ng pagmamahal kahit ang mga hindi mananampalataya at ang masasama sa mga taong mabuti sa kanila at sa mga taong pakikinabangan nila. Mayroon ding pag-ibig na mapanlinlang, na parang mabuti kung titingnan sa panlabas pero hindi pala tunay. Ito ang makalaman na pag-ibig na nagbabago habang lumilipas ang panahon. Nawawasak at nawawala kahit sa maliliit na pangyayari.

Maaaring biglang magbago ang makalaman na pag-ibig habang tumatagal. Kung magbabago ang situwasyon o kondisyon, magbabago din ang makalaman na pag-ibig. Pabagubago ang ugali ng tao ayon sa pakinabang o benepisyong tinatanggap o nakukuha. Magbibigay ang mga tao kung mayroong tatanggapin, o magbibigay kung makikinabang. Kung nabibigo tayo dahil umaasa tayo na may kapalit ang ibinigay natin, ito ay dahil mayroon tayong makalaman na pag-ibig.

Pag-ibig ng mga Magulang at mga Anak

Naaantig ang damdamin ng marami sa pag-ibig na ibinibigay ng mga magulang sa kanilang mga anak. Hindi ninyo maririnig mula sa mga magulang na nahihirapan sila sa pagaalaga ng buong lakas sa mga anak nila dahil mahal nila ang mga ito. Hinahangad nila na mabigyan ng mabubuting bagay ang mga anak nila kahit hindi na sila makakain ng mabuti o makabili ng magagandang damit. Pero sa kabila nito, naghahangad din sila ng kapalit.

Kung totoong minamahal nila ang mga anak nila, ibibigay nila pati ang buhay nila nang hindi umaasa sa kahit na anong kapalit. Pero, sa totoo lang, may mga magulang na nagpapalaki ng mga anak para sa pansariling pakinabang at karangalan. Sinasabi nila, "Sinasabi ko sa inyo ito para sa ikabubuti ninyo," pero gusto nilang mangibabaw sa mga anak nila dahil gusto nilang maging tanyag o kaya para kumita sila ng pera. Kapag pumili ang mga anak nila ng trabaho o asawa na hindi nila gusto, tututulan nila ito, mabibigo sila. Pinapatunayan nito na ang pagmamalasakit at sakripisyong ibinibigay nila sa mga anak ay may kondisyon. Gusto nilang makinabang sa pagmamahal na ibinigay nila sa mga anak nila.

Mas maliit ang pagmamahal ng mga anak kaysa sa pagmamahal ng mga magulang. May isang kasabihan sa Korea, "Kapag nagkasakit ang mga magulang, iiwanan sila ng mga anak nila." Mahihirapan silang harapin ang situwasyon kung matanda at maysakit na hindi gumagaling ang mga magulang nila. Kapag bata pa sila, sinasabi nila, "Hindi ako mag-aasawa, mananatili ako sa tabi ninyo, nanay at tatay." Baka dati, ganito talaga ang gusto nilang mangyari. Pero habang lumalaki sila, nababawasan ang interes nila sa mga magulang, abala na sila sa pagtatrabaho. Manhid na ang puso ng mga tao ngayon dahil sa kasalanan. Laganap na ang kasamaan, kung minsan, pinapatay ng magulang ang anak, o kaya pinapatay ng anak ang magulang.

Pag-iibigan ng Mag-asawa

Tungkol naman sa pag-ibig sa pagitan ng mag-asawa. Noong hindi pa sila nagpapakasal, maririnig mula sa kanila ang pagkatatamis na mga salita tulad ng, "Hindi ko kayang mabuhay kung wala ka. Mamahalin kita magpakailan pa man." Pero anong mangyayari kapag kinasal na sila? Naghihinanakit sila sa asawa nila, sinasabing, "Hindi ko magawa ang gusto kong gawin dahil sa iyo. Niloko mo ako."

Dati, palagi nilang ipinapahayag ang pagmamahal nila sa isa't isa, pero, nang ikasal sila, palagi nilang binabanggit ang paghihiwalay at diborsyo. Ang dahilan nila ay hindi magkatugma o hindi bagay ang estado ng pamilya, edukasyon, o ugali nila. Kung ang lasa ng pagkain ay iba sa inaasahan, magrereklamo ang lalaki. Sasabihin niya, "Anong klaseng pagkain ito? Hindi ko ito makain!" At kung hindi sapat ang kinikita ng asawang lalaki, magagalit ang babae, sasabihin, "Direktor na sa opisinang pinaglilingkuran niya ang asawa ng kaibigan ko, ang isa naman ay mataas na opisyal na...ikaw, kailan tataas ang posisyon mo?... Ang isa ko pang kaibigan ay nakabili na ng mas malaking bahay at bagong sasakyan...tayo kaya kailan? Kailan kaya tayo uunlad?"

Ayon sa istatistika na may kinalaman sa karahasan sa mga tahanan sa Korea, halos kalahati dito ay pagmamalupit ng mga mag-asawa sa isa't isa. Naglalaho ang pagmamahalan nila. Nag-aaway at nagkakagalit sila. Sa katunayan, may mga naghihiwalay habang nagha-honeymoon! Umiiksi na din ang panahon ng pagsasama bilang mag-asawa hanggang sa diborsyo. Akala nila mahal na mahal nila ang asawa nila, pero habang magkasama sila, nakikita nila ang masasamang ugali ng isa't isa. Dahil magkaiba ang takbo ng isipan at mga nakahiligan, palagi silang nagbabanggaan sa bawat isang bagay. Habang nangyayari ang ganito sa pagitan nila, nanlalamig ang emosyon nilang inakala nilang pag-ibig noong simula.

Kahit wala silang malinaw na problema sa isa't isa, nagiging lubos na silang kampante, nawawala ang init ng unang pag-ibig habang lumilipas ang panahon. Pagkatapos, maghahanap sila ng ibang mamahalin. Nawawalan ng gana ang asawang lalaki sa babae na hindi maayos tingnan pagkagising, at habang tumatanda at tumataba, nararamdaman ng lalaking hindi na kaakit-akit ang asawa niya. Dapat mas lumalim ang pag-ibig sa paglipas ng panahon, pero kadalasan, hindi ganito ang nangyayari. Sa katunayan, ang pagmamahalan nilang nagbabago ay nagsisilbing ebidensya na ang pag-ibig nila ay makalaman. Hinahangad nito ang sariling pakinabang.

Pag-iibigan ng Magkakapatid

Ang magkakapatid na ipinanganak at pinalaking magkakasama ng kanilang mga magulang ay mas malapit sa isa't isa kaysa sa ibang tao. Pwede nilang asahan ang isa't isa tungkol sa maraming bagay dahil maraming bagay silang pinagsamahan at matagal na silang nagmamahalan. Pero mayroong magkakapatid na nagkakaselosan, parang mayroon silang kumpetisyon laban sa isa't isa.

Maaaring nararamdaman ng mga panganay na napupunta sa mga mas batang kapatid ang pag-ibig na dapat ibigay sa kanila ng mga magulang. Maaaring hindi maging matatag ang mga pangalawang anak dahil pakiramdam nila, mas mababa sila kaysa sa mga ate o kuya nila. Ang mga anak na may ate o kuya at may kapatid na mas bata sa kanila ay kadalasang may mabigat na damdamin. Iniisip nilang biktima sila dahil wala sa kanila ang atensyon ng mga magulang. Kung hindi haharapin ng maayos ng mga anak na ito ang situwasyon at emosyong ito, magkakaroon sila ng malaking problema at hindi magandang relasyon sa mga kapatid nila.

Ang unang pagpatay sa kasaysayan ng sangkatauhan ay nangyari sa pagitan ng magkapatid. Ito ay dahil pinagselosan ni Cain ang mga biyayang tinatanggap mula sa Diyos ng mas batang kapatid niyang si Abel. Magmula noon, nagkaroon na ng patuloy na labanan at awayan sa pagitan ng mga magkakapatid sa buong kasaysayan ng sangkatauhan. Kinapootan si Jose ng mga kapatid niya, ipinagbili siya bilang alipin sa Ehipto. Ipinapatay ng anak ni David na si Absalom ang kapatid niyang si Amnon. Sa kasalukuyan, maraming magkakapatid ang nag-aaway dahil sa mamanahing pera mula sa mga magulang. Para silang hindi magkakapatid.

Hindi naman palaging magkakagalit ang magkakapatid tulad ng mga nabanggit na mga pangyayari. Kapag nag-asawa na ang mga magkakapatid at nagsimulang magtaguyod ng kanilang mga sariling pamilya, nawawalan sila ng oras para sa mga kapatid. Hindi na tulad ng dati. Ako ang bunso sa anim na magkakapatid. Mahal na mahal ako ng mga kapatid ko. Pero noong nagkasakit ako at nagdusa sa iba't ibang klaseng karamdaman sa loob ng pitong taon, nagbago ang situwasyon. Naging mabigat na pasanin nila ako. Sinubukan nilang gamutin ang karamdaman ko, pero noong tila wala na ako pag-asang gumaling, nagsimula silang lumayo sa akin.

Pag-ibig sa Kapwa

May bansag ang mga Koreano tungkol sa kapitbahay, ito ay 'kapitbahay na pinsan'. Ang kahulugan nito ay ang mga kapitbahay ay parang kapamilya natin dahil napakalapit ng relasyon natin sa kanila. Noong araw, kapag nagsasaka ang mga tao, nagtutulungan silang magkakapitbahay. Napakahalaga ng presensya nila. Pero ang bansag na ito ay nagiging hindi na makatotohanan. Sa kasalukuyan, isinasara at ikinakandado ng mga tao ang pintuan nila. Hindi na pwedeng pumasok kahit mga kapitbahay. Nagpapakabit pa sila ng mga aparato para sa seguridad. Hindi na kilala ng mga tao kung sino ang nakatira sa kabilang bahay.

Wala na silang pakialam sa ibang tao, at wala na silang intensyong malaman kung sino ang kapitbahay nila. Wala silang konsiderasyon sa ibang tao, ang kapamilya lang ang mahalaga sa kanila. Wala silang tiwala sa isa't isa. At kung nararamdaman nilang naaabala o napipinsala sila ng kapitbahay, hindi sila magaatubiling itakwil o makipaglaban sa kanila. Sa kasalukuyan, naghahablahan ang mga magkakapitbahay dahil sa napakaliliit at hindi mahalagang dahilan. Pinatay sa saksak ng isang tao ang kapitbahay niyang nakatira sa itaas na palapag ng apartment niya dahil sa ingay na ginagawa nito.

Pag-ibig ng Magkakaibigan

Ano naman ang tungkol sa pag-ibig ng magkakaibigan? Baka iniisip ninyo na ang isang kaibigan ay palagi ninyong kakampi. Pero pwede kayong pagtaksilan ng isang taong itinuturing ninyong matalik na kaibigan, sasaktan niya ang damdamin ninyo at bibiguin kayo.

Kung minsan, mangungutang ng malaking halaga ang isang tao sa mga kaibigan niya. Hihilingin niya na maging tagapanagot (guarantor) kayo dahil wala na siyang pera, malapit na siyang malugi. Kung tatanggi sa kanya ang mga kaibigan niya, sasabihin niyang pinagtaksilan siya ng mga ito, at ayaw na niyang makita pa ang mga ito. Sino sa kanila ang mali?

Kung totoong mahal ninyo ang kaibigan ninyo, hindi ninyo sila sasaktan. Kung wala na kayong pera, at naging tagapanagot ang kaibigan ninyo para sa inyo, tiyak na siya at ang pamilya niya ang magdurusa dahil sa inyo. Pwede bang sabihing may pag-ibig kung magiging dahilan kayo ng pagdurusa ng ibang tao? Hindi ito pag-ibig. Sa kasalukuyan, madalas itong mangyari. Higit sa lahat, ipinagbawal ng Salita ng Diyos na manghiram o magpahiram ng pera, o magbigay ng garatiya o managot kahit kanino. Kung susuwayin natin ang salita ng Diyos, kadalasan, makikialam si Satanas. Mapipinsala ang lahat ng mga taong sangkot.

Anak Ko, kung naging tagapanagot ka sa iyong kapwa, kung itinali mo ang iyong sarili sa isang banyaga, ikaw ay nasilo ng mga salita ng inyong mga labi, at ikaw ay nahuli ng mga salita ng iyong bibig (Mga Kawikaan 6:1-2).

Huwag kang maging isa sa kanila na nagbibigay-sangla, o sa kanila na nananagot sa mga utang (Mga Kawikaan 22:26).

May mga taong nag-iisip na mas mabuting makipagkaibigan batay sa mga bagay na makukuha sa mga ito. Sa kasalukuyan, totoong mahirap nang makahanap ng isang taong magbibigay ng oras, lakas, at pera na may tunay na pagmamahal sa kapwa.

Nagkaroon ako ng maraming kaibigan magmula noong bata ako. Bago ako naging mananampalataya sa Diyos, ipinapalagay kong mabubuhay ako sa katapatan ng mga kaibigan. Akala ko, walang katapusan ang pagkakaibigan namin. Pero habang nakaratay ako sa banig ng karamdaman, natanto ko na ang pag-ibig ng magkakaibigan ay nagbabago rin ayon sa sariling pakinabang.

Noong una, naghanap ng magagaling na doktor at mahuhusay na tradisyunal na gamot ang mga kaibigan ko. Dinala nila ako sa mga ito. Pero noong hindi ako gumaling, isa-isa na silang lumayo. Hindi nagtagal, ang natirang kaibigan ko ay ang mga kasama ko sa sugalan at inuman. Hindi nila ako pinuntahan dahil mahal nila ako, gusto lang nilang magkaroon ng pansamantalang lugar na pahingahan. Kahit sa makalaman na pag-ibig, sinasabi nilang nagmamahalan sila, pero agad itong nagbabago.

Gaano kaya kabuti kung hindi uunahin ng mga magulang at mga anak, mga magkakapatid, mga kaibigan at kapitbahay, ang kanilang sarili at hindi magbabago ng magandang ugali? Kung kaya nilang gawin ito, ibig sabihin, mayroon silang espirituwal na pag-ibig. Pero kadalasan, wala silang espirituwal na pag-ibig, wala silang tunay na kasiyahan dito. Naghahanap sila ng tunay na pag-ibig sa mga miyembro ng kanilang pamilya at sa mga tao sa paligid nila. Pero habang ginagawa nila ito, mas nauuhaw sila sa pag-ibig, parang uminom sila ng tubig na galing sa dagat para pawiin ito. Ayon kay Blaise Pascal, mayroong bakanteng lugar sa puso ng bawat tao na ang hugis ay Diyos. Hindi ito pwedeng punuin ng kahit na anong bagay na nilalang. Tanging Diyos lang, ang Manlilikha ang makakapuno nito sa pamamagitan ni Jesus. Hindi tayo makakadama ng lubos na kaligayahan at magdurusa tayo sa kawalan ng kabuluhan hangga't hindi napupunuan ng pag-ibig ng Diyos ang bakanteng lugar na iyon. Ang ibig sabihin ba nito ay walang espirituwal na pag-ibig na hindi nagbabago sa mundong ito? Hindi! Hindi ito pangkaraniwan, pero totoong mayroon nito. Maliwanag ang sinasabi ng 1 Mga Taga-Corinto 13 tungkol sa tunay na pag-ibig.

Ang pag-ibig ay matiisin at magandang-loob; ang pag-ibig ay hindi maiinggitin, o mapagmalaki o hambog; hindi magaspang ang kilos. Hindi nito ipinipilit ang sariling kagustuhan, hindi mayayamutin, hindi nagtatala ng mga pagkakamali. Hindi ito natutuwa sa masamang gawa, kundi natutuwa sa katotohanan. Pinapasan nito ang lahat ng bagay, pinaniniwalaan ang lahat ng bagay, inaasahan ang lahat ng bagay, tinitiis ang lahat ng bagay (1 Mga Taga-Corinto 13:4-7).

Tinatawag ng Diyos ang pag-ibig na tulad nito na espirituwal at tunay na pag-ibig. Kung batid natin ang pag-ibig ng Diyos at magbabago tayo ayon sa katotohanan, pwede tayong magkaroon

Mga Paraan para Suriin ang Espirituwal na Pag-ibig

May mga taong nag-aakalang mahal nila ang Diyos. Para suriin kung gaano na natin hinubog ang tunay na espirituwal na pag-ibig, at ang pag-ibig ng Diyos, pwede nating pag-aralan ang aksyon at reaksyon natin kapag dumadaan tayo sa mga pagsubok at kahirapan. Pwede nating tingnan ang mga sarili natin kung gaano na natin napalago ang tunay na pag-ibig sa pamamagitan ng pagsusuri kung totoo tayong nagagalak at nagpapasalamat ng taos-puso at kung patuloy ang pagsunod natin sa kalooban ng Diyos.

Kung nagrereklamo tayo at sumasama ang loob sa mga situwasyon, at kung hinahanap natin ang paraan na makamundo at umaasa sa tao, ang ibig sabihin nito ay wala tayong espirituwal na pag-ibig. Pinapatunayan nito na ang kaalaman natin tungkol sa Diyos ay nasa isipan lang, at hindi ang pagkakilalang itinanim at inalagaan sa puso. Ang pag-ibig na nagsisilbing kaalaman lang ay hindi tunay na pag-ibig parang pekeng pera na mukhang totoo pero isang pirasong papel lang. Wala itong halaga. Kung hindi magbabago ang pag-ibig natin sa Panginoon, at kung aasa tayo sa Kanya sa kahit na anong situwasyon, at kahit na anong kahirapan, pwede na nating sabihing nahubog na natin ang tunay na pag-ibig, ang pag-ibig na espirituwal.

ng espirituwal na pag-ibig. Dapat tayong magkaroon ng espirituwal na pag-ibig na tutulong sa atin na magmahal sa isa't isa ng buong puso at walang pagbabago kahit wala tayong makukuhang kapalit kundi magdudulot pa ng pinsala sa atin.

"At ngayon ay nananatili ang tatlong ito: ang pananampalataya, pag-asa, at ang pag-ibig, ngunit ang pinakadakila sa mga ito ay pag-ibig."

1 Mga Taga-Corinto 13:1-3

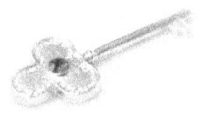

Pangalawang Bahagi
Ang Pag-ibig na Hinahangad ng Diyos

Kabanata 1 : Ang Pag-ibig na Hinahangad ng Diyos

Kabanata 2 : Mga Katangian ng Pag-ibig

Kabanata 3 : Perpektong Pag-ibig

Ang Pag-ibig na Hinahangad ng Diyos

"Kung ako'y magsalita ng mga wika ng mga tao at ng mga anghel, subalit wala akong pag-ibig, ako'y nagiging isang maingay na pompiyang, o batingaw na umaalingawngaw. At kung mayroon akong kaloob ng propesiya, at nauunawaan ko ang lahat ng mga hiwaga at ang lahat ng mga kaalaman, at kung mayroon akong buong pananampalataya, upang mapalipat ko ang mga bundok, ngunit wala akong pag-ibig, ako ay walang kabuluhan. At kung ipamigay ko ang lahat ng aking ari-arian, at kung ibigay ko ang aking katawan upang sunugin, subalit walang pag-ibig, wala akong mapapakinabang."

1 Mga Taga-Corinto 13:1-3

Ang insidenteng ito ay nangyari sa isang institusyon na nag-aalaga ng mga ulila sa South Africa. Magkakasunod at marami ang mga batang nagkasakit ng malala, pero wala silang nakitang dahilan ng pagkakasakit ng mga ito. Nag-anyaya ang institusyon ng mga kilalang doktor para suriin sila. Pagkatapos ng masusing pagsisiyasat, sinabi ng doktor, "Kapag gising ang mga bata, yakapin ninyo sila, ipakita at ipadama ninyo sa kanila ang pagmamahal sa loob ng sampung minuto."

At nakita nga nila, nagsimulang mawala ang karamdamang walang dahilan. Ito'y sapagkat ang mainit na pagmamahal ang kailangan ng mga bata higit sa lahat. Kahit wala tayong alalahanin tungkol sa mga gastusin at nabubuhay tayo ng masagana, kung wala naman tayong pag-ibig, hindi tayo magkakaroon ng pag-asa sa buhay, mawawalan tayo ng ganang mabuhay. Pwedeng sabihin na ang pag-ibig ang pinakamahalagang aspeto sa buhay natin.

Kahalagahan ng Espirituwal na Pag-ibig

Unang binanggit ng kabanata 13 ng 1 Mga Taga-Corinto, tinatawag na Kabanata ng Pag-ibig, ang kahalagahan ng pag-ibig bago nito ipinaliwanag ng detalyado ang espirituwal na pag-ibig. Ito'y sapagkat kahit makapagsalita pa tayo ng wika ng mga tao at mga anghel, parang maingay na pompiyang at batingaw lang tayo kung wala tayong pag-ibig.

Ang 'wika ng mga tao' ay hindi tungkol sa pagsasalita ng mga wika na kaloob ng Banal na Espiritu. Tumutukoy ito sa lahat ng mga wika ng tao na nabubuhay dito sa Mundo tulad ng Ingles, Hapon, Frances, Ruso, at iba pa. Mayroong sistema ang sibilisasyon at kaalaman, naiipasa ito sa susunod na henerasyon sa pamamagitan ng wika, kaya pwede nating sabihing napakalaki talaga ng kapangyarihan nito. Sa pamamagitan ng wika, pwede nating ipahayag at ipahatid ang damdamin at mga saloobin natin para hikayatin at haplusin ang puso ng maraming tao. Ang wika ng mga tao ay may kapangyarihang pumukaw ng emosyon at tumupad ng maraming bagay.

Ang 'wika ng mga anghel' ay tumutukoy sa magandang pananalita. Espirituwal na nilalang ang mga anghel, simbolo sila ng 'kagandahan'. Sinasabing 'parang mga anghel' ang mga taong nagpapahayag ng magagandang bagay at may magandang tinig. Pero sinabi ng Diyos na parang batingaw at pompiyang lang ang mga ito na umaalingawngaw kung walang pag-ibig (1 Mga Taga-Corinto 13:1).

Sa katunayan, ang isang mabigat at solidong piraso ng bakal o tanso ay hindi maingay kung hahampasin. Kapag maingay ito, ibig sabihin, wala itong laman o kaya, manipis at magaan. Maingay ang pompiyang dahil gawa ito sa maninipis na piraso ng tanso. Ganito rin ang mga tao. Ang halaga natin ay parang trigo na may buong butil kapag naging tunay na mga anak tayo ng Diyos at puno ng pag-ibig ang mga puso natin. Sa kabaliktaran, ang mga walang pag-ibig ay parang ipa, walang laman. Bakit?

Sinasabi ng 1 Juan 4:7-8, "Mga minamahal, mag-ibigan tayo sa isa't isa, sapagkat ang pag-ibig ay sa Diyos at ang bawat umiibig ay ipinanganak ng Diyos at nakakakilala sa Diyos. Ang hindi umiibig ay hindi nakakakilala sa Diyos; sapagkat ang Diyos ay pag-ibig." Ibig sabihin, walang kinalaman sa Diyos ang mga taong walang pag-ibig, parang ipa na walang butil.

Ang sinasabi ng mga taong tulad nito ay walang halaga kahit malinaw at maganda ito dahil hindi ito makakapagbigay ng tunay na pag-ibig at buhay sa ibang tao. Nagpapahirap lang ito sa kanila, parang batingaw at pompiyang na maingay, dahil magaan at walang laman. Sa kabilang banda, ang mga salitang may pag-ibig ay may kamangha-manghang kapangyarihan na magbigay ng buhay. Makikita natin ito sa buhay ni Jesus.

Nagbibigay ng Buhay ang Tunay na Pag-ibig

Isang araw, nagtuturo si Jesus sa Templo, may dinalang isang babae ang mga Fariseo at eskriba sa harapan Niya. Ang babaing ito ay nahuling nangangalunya. Hindi kinaawaan ng mga eskriba at Fariseo ang babaing dinala nila doon.

Sinabi nila kay Jesus, "Guro, nahuli ang babaing ito sa akto ng pangangalunya. Sa kautusan ay ipinag-utos sa amin ni Moises na batuhin ang mga ganyan. Ano ngayon ang Iyong masasabi tungkol sa kanya?" (Juan 8:4-5)

Ang Kautusan ng Israel ay ang Salita at Batas ng Diyos. Mayroong bahagi dito na nagsasabing dapat batuhin hanggang sa mamatay ang mga nangangalunya. Kung sinabi ni Jesus na batuhin ang babae ayon sa Kautusan, sasalungatin nito ang Salita Niya dahil itinuro Niya na mahalin ang mga kaaway. Kung sinabi naman Niya na patawarin ito, maliwanag na paglabag ito sa Kautusan. Pagsalungat ito sa Salita ng Diyos.

Nagyabang ang mga eskriba at Fariseo dahil inakala nila mayroon na silang pagkakataon para sirain o pabagsakin si Jesus. Dahil batid ni Jesus ang nilalaman ng puso nila, yumuko Siya at isinulat ang Kanyang daliri sa lupa. Pagkatapos, tumayo Siya at sinabi, "Ang walang kasalanan sa inyo ang siyang maunang bumato sa kanya" (Juan 8:7).

Nang yumuko ulit si Jesus at isinulat ang Kanyang daliri sa lupa, isa-isang nagsialis ang mga tao. Naiwan ang babae at si Jesus. Iniligtas ni Jesus ang buhay ng babaing ito nang hindi lumalabag sa Kautusan.

Kung titingnan, hindi mali ang sinabi ng mga eskriba at Fariseo. Sinabi lang nila ang ayon sa Kautusan ng Diyos. Pero ang motibo nila ay ibang-iba kay Jesus. Gusto nilang manakit ng ibang tao habang si Jesus ay gustong magligtas ng mga kaluluwa.

Kung ang kalooban natin ay tulad ng kay Jesus, mananalangin tayo para hilingin na tulungan tayo sa mga salitang makakapagbigay ng kalakasan sa iba at magdadala sa kanila sa katotohanan. Sisikapin nating makapagbigay ng buhay sa tuwing magsasalita tayo. May mga taong humihikayat sa iba sa pamamagitan ng Salita ng Diyos. O kaya naman, sinusubukan nilang itama ang ugali ng ibang tao sa pagtukoy ng mga pagkukulang at mga pagkakamali na sa tingin nila ay hindi mabuti. Kahit tama ang sinasabi nila, hindi nila napagbabago ang ibang tao o nabibigyan ng buhay, dahil sinabi nila ito nang walang pagmamahal.

Samakatwid, lagi nating suriin ang sarili kung nagsasalita tayo ayon sa sariling pagmamalinis o opinyon o kung ang sinasabi natin ay dahil sa pag-ibig para makapagbigay ng buhay sa iba. Sa halip na matamis na pananalita, ang mga salitang may espirituwal na pagmamahal ay nagiging tubig ng buhay na papawi sa uhaw ng mga kaluluwa. Ito rin ay mamahaling hiyas na nagbibigay ng kagalakan at kaaliwan sa mga kaluluwang nagdaramdam.

Pag-ibig na Nagsasakripisyo

Kadalasan, ang 'propesiya' ay tumutukoy sa pagsasalita tungkol sa mga bagay na mangyayari sa hinaharap. Pero sa diwang may kaugnayan sa Biblia, ito ay pagtanggap ng kalooban ng Diyos sa tulong ng inspirasyon mula sa Banal na Espiritu para sa isang layunin at pagsasalita tungkol sa mga bagay na magaganap. Ang propesiya ay hindi isang bagay na ginagawa ayon sa kalooban ng tao. Sinasabi ng 2 Pedro 1:21, "...sapagkat walang propesiya na dumating kailanman sa pamamagitan ng kalooban ng tao kundi ang mga taong inudyukan ng Espiritu Santo ay nagsalita mula sa Diyos." Hindi basta ibinibigay ng Diyos sa kahit sino ang kaloob ng propesiya. Ang kaloob na ito ay hindi para sa isang taong hindi pa banal dahil baka magyabang siya.

Ang 'kaloob ng propesiya' ayon sa kabanata ng pag-ibig ay hindi lang para sa iilan na espesyal na tao. Ang ibig sabihin nito ay kahit na sinong nagtitiwala kay Jesu-Cristo at nananahan sa katotohanan ay makikita at masasabi ang tungkol sa hinaharap. Ibig sabihin, kapag bumalik ang Panginoon sa papawirin, ang mga ligtas ay kukunin at makikibahagi sa Pitong-taong Handaan ng Kasalan. At ang mga hindi ligtas ay magdurusa sa Pitong-taong Malaking Kapighatian dito sa mundo at itatapon sa Impiyerno pagkatapos ng Paghuhukom ng Malaking Tronong Puti. Pero kahit may kaloob ng propesiya ang lahat ng anak ng Diyos na masabi ang mangyayari sa hinaharap, hindi lahat ay may espirituwal na pag-ibig. Dahil kung wala silang espirituwal na pag-ibig, magbabago sila ng ugali, pipiliin nila ang pakikinabangan nila, samakatwid, hindi makakatulong sa kanila ang kaloob ng propesiya. Hindi pwedeng higitan ng kaloob na ito ang pag-ibig, hindi rin ito ang pinagmumulan ng pag-ibig.

Ang 'hiwaga' na binabanggit dito ay tumutukoy sa lihim na itinago bago pa magsimula ang panahon. Ito ay ang salita ng krus (1 Mga Taga-Corinto 1:18). Ang salita ng krus ay ang kalooban ng Diyos para sa kaligtasan ng sangkatauhan na ginawa Niya bago pa magsimula ang panahon sa ilalim ng dakilang kapangyarihan Niya. Batid ng Diyos na magkakasala ang mga tao, mamamatay sila. Dahil dito, inihanda Niya si Jesu-Cristo para maging Tagapagligtas. Pinanatili Niyang lihim ito hangga't hindi ito natutupad. Bakit Niya ginawa ito? Kung nalaman ang daan patungo sa kaligtasan, hindi ito maisasakatuparan dahil hahadlangan ito ng kaaway na diyablo at Satanas (1 Mga Taga-Corinto 2:6-8). Inakala ng kaaway na diyablo at Satanas na walang hanggan nilang maaangkin ang kapangyarihang naipasa sa kanila nang magkasala si Adan kung papatayin nila si Jesus. Pero nagbukas ang daan patungo sa kaligtasan nang udyukan nila ang masasamang tao para patayin si Jesus! Gayon pa man, kahit batid natin ang napakadakilang hiwagang ito, wala itong pakinabang sa atin kung wala tayong espirituwal na pag-ibig.

Katulad din ito ng kaalaman. Ang itinutukoy na 'lahat ng kaalaman' dito ay hindi mga bagay na natututuhan sa eskwelahan. Ito ay kaalaman tungkol Diyos at ng katotohanan sa 66 na aklat ng Biblia. Sa sandaling malaman natin ang tungkol sa Diyos sa pagbabasa ng Biblia, dapat nating makilala at maranasan Siya sa buhay natin. Pagtiwalaan Siya ng buong-puso. Kung hindi, ang kaalaman tungkol sa Salita ng Diyos ay mananatiling maliit na bahaging kaalaman sa isipan natin. Baka gamitin pa natin ang kalamang ito sa hindi magandang paraan, tulad ng paghusga at paghatol sa ibang tao. Samakatwid, ang kaalaman na walang espirituwal na pag-ibig ay walang pakinabang sa atin.

Paano kung ang pananampalataya natin ay napakalaki at posibleng makapagpagalaw ng bundok? Hindi nangangahulugang mayroon kayong dakilang pag-ibig kung malaki ang pananampalataya ninyo. Bakit hindi magkatugma ng eksakto ang sukat ng pananampalataya at ng pag-ibig? Lumalago ang pananampalataya sa pamamagitan ng mga nakikitang mga tanda, himala, at mga pagkilos ng Diyos. Maraming nakitang mga tanda at himala si Pedro na ginawa si Jesus, dahil dito, nakapaglakad din siya sa ibabaw ng tubig, kahit saglit lang, habang lumalakad si Jesus sa tubig. Pero noong panahong iyon, wala pang espirituwal na pag-ibig si Pedro dahil hindi pa niya tinatanggap ang Banal na Espiritu. Hindi pa rin niya nililinis ang puso niya at nagwawaksi ng mga kasalanan. Kaya noong nagkaroon ng banta sa buhay niya, ipinagkaila niya si Jesus nang tatlong beses.

Batid nating lumalago ang pananampalataya natin dahil sa mga karanasan. Pero magkakaroon tayo ng espirituwal na pag-ibig sa puso natin sa pagpupursigi, pagmamalasakit, at pagsasakripisyo para iwaksi ang mga kasalanan natin. Hindi rin ito nangangahulugang walang tuwirang kaugnayan ang espirituwal na pananampalataya at ang espirituwal na pag-ibig. Pwede nating pagsikapang maiwaksi ang kasalanan at ibigin ang Diyos at ang mga kaluluwa dahil sa pananampalataya. Pero kung wala tayong ginagawa para tularan ang Panginoon at pangalagaan ang tunay na pagmamahal, ang mga gawain natin para sa kaharian ng Diyos ay walang kaugnayan sa Kanya kahit nagsisikap tayong maging tapat. Kaya sinabi ni Jesus, "At kung magkagayon, ay ipapahayag Ko sa kanila, 'Hindi Ko kayo kilala kailan man; lumayo kayo sa Akin, kayong mga gumagawa ng kasamaan!'" (Mateo 7:23)

Pag-ibig na Nagdadala ng mga Gantimpala Mula sa Langit

Kadalasan, bago matapos ang isang taon, nagbibigay ng tulong na pinansyal sa mga kumpanya ng pagbobrodkast at diyaryo ang maraming organisasyon at indibiduwal para makatulong sa mga nangangailangan. Paano kung hindi ianunsyo ang mga pangalan nila ng mga brodkaster at diyaryo? Malamang mababawasan ang mga tao at organisasyong tumutulong.

Sinabi ni Jesus sa Mateo 6:1-2, "Mag-ingat kayo na huwag ninyong gawin ang inyong kabanalan sa harap ng mga tao upang makita nila. Sapagkat kung gayon, wala kayong gantimpala mula sa inyong Ama na nasa langit. Kaya kapag ikaw ay naglilimos, huwag kang magpapatunog ng trumpeta sa harapan mo, gaya ng ginagawa ng mga mapagkunwari sa mga sinagoga at sa mga lansangan, upang papurihan sila ng mga tao. Katotohanang sinasabi Ko sa inyo, tinanggap na nila ang kanilang gamtimpala." Pwede tayong purihin at parangalan ng ibang tao kung tutulong tayo, pero saglit lang ito, hindi tayo tatanggap ng kahit na anong gantimpala mula sa Diyos.

Ang pagtulong na ito ay para sa pansariling kasiyahan o para magyabang. Kung parang rituwal na sa isang tao ang pagbibigay ng tulong, paparangalan at pupurihin siya ng madaming tao.

Kung pagpapalain ng Diyos ang ganitong klaseng tao, baka isipin niyang matuwid siya sa harapan ng Diyos. Hindi na niya lilinisin ang puso niya, hindi ito makakabuti sa kanya. Kung tumutulong kayo sa kapwa ninyo nang may pagmamahal, hindi ninyo iisipin kung paparangalan kayo o hindi. Ito'y sapagkat batid ninyo na ang Diyos Ama na nakakakita ng mga lihim ang magbibigay ng gantimpala sa inyo (Mateo 6:3-4).

Ang pagkakawanggawa para sa Panginoon ay hindi lang pagtustos ng mga pangunahing pangangailangan sa buhay tulad ng damit, pagkain, pabahay. Ito ay tungkol sa pagtustos ng espirituwal na pagkain para sa kaligtasan ng kaluluwa. Sa kasalukuyan, maraming nagsasabing ang tungkulin ng mga iglesya ay tumulong sa mga may karamdaman, mga pinabayaan, at mahihirap, mananampalataya man sila sa Panginoon o hindi. Tama naman ito, pero ang pangunahing tungkulin ng iglesya ay ipangaral ang ebanghelyo at iligtas ang mga kaluluwa para magkaroon sila ng kapayapaan ng espiritu. Ito ang pinakalayunin ng pagkakawanggawa.

Kaya kung magkakawanggawa tayo, o kung tutulong tayo sa ibang tao, mahalagang gawin ito ng tama sa pamamagitan ng paggabay ng Banal na Espiritu. Kung hindi tama ang naibigay na tulong sa isang tao, baka maging madali para sa kanyang lumayo sa Diyos, o mas malala pa, baka ikamatay pa niya ito. Halimbawa, kung tutulungan natin ang isang taong naghirap dahil sa labis na paglalasing at pagsusugal, o mga naghirap dahil nilabanan nila ang kalooban ng Diyos, ang tulong na ibibigay ay magdadala sa kanila sa maling daan. Siyempre, hindi ito nangangahulugang hindi natin tutulungan ang mga hindi mananampalataya. Tulungan natin ang mga hindi mananampalataya sa pagdadala ng pag-ibig ng Diyos sa kanila. Gayon pa man, huwag nating kalimutan na ang pinakalayunin ng pagkakawanggawa ay para ipamahagi ang ebanghelyo.

Tungkol naman sa mga bagong mananampalataya na mayroong mahinang pananampalataya, kinakailangang palakasin natin sila hanggang lumago ang pananampalataya nila. Kung minsan, kahit sa mga may pananampalataya, mayroong mga ipinanganak na may kahinaan o karamdaman, ang iba naman ay naaksidente kaya hindi na sila makapagtrabaho para tustusan ang sarili nila. Mayroon ding matatandang nag-iisa, o mga kabataang kailangang sumuporta sa sambahayan dahil wala ang mga magulang. Kailangang-kailangan ng tulong ng mga taong ito. Kung tutulungan natin ang mga taong totoong nangangailangan ng tulong, pasasaganahin ng Diyos ang mga kaluluwa natin. Bubuti ang lahat ng bagay para sa atin.

Sa kabanata 10 ng Ang Mga Gawa, nakasulat ang tungkol sa isang taong tumanggap ng biyaya, ito ay si Cornelio. May takot siya sa Diyos, at matulungin siya sa mga Judio. Siya ay isang senturion, isang mataas na opisyal ng hukbo na nakatalaga sa Israel. Kung titingnan ang kalagayan niya, marahil mahirap para sa kanyang tumulong sa mga mamamayan. Baka pinaghihinalaan siya ng mga Judio, at marahil pinipintasan din ng mga kasamahan niya ang ginagawa niya. Pero dahil may takot siya sa Diyos, hindi niya inihinto ang paggawa ng kabutihan at pagkakawanggawa. Nakita ng Diyos ang lahat ng ito, ipinadala Niya si Pedro sa tahanan nito. Hindi lang ang pamilya niya ang tumanggap ng Banal na Espiritu at kaligtasan, pati rin ang mga tao sa buong sambahayan niya.

Hindi lang mga kawanggawa ang dapat gawin nang may kasamang espirituwal na pagmamahal kundi pati ang mga pagkakaloob sa Diyos. Sa Marcos 12, mababasa natin ang tungkol sa isang balo na pinuri ng Diyos dahil nagkaloob siya ng taos-puso. Dalawang kusing lang ang ibinigay niya, ang halaga nito ay halos isang pera, ito lang ang pera niya. Kaya bakit siya pinapurihan ni Jesus? Sinasabi ng Mateo 6:21, "Sapagkat kung nasaan ang inyong kayamanan, naroon din naman ang inyong puso." Gaya ng sinabi, nang ibigay ng balo ang lahat ng pera niya, ibig sabihin, nakatuon sa Diyos ang puso niya. Ito ay pagpapahayag ng pag-ibig niya para sa Diyos. Sa kabaliktaran, hindi kinalulugdan ng Diyos ang mga handog na ibinibigay ng hindi bukas sa kalooban o dahil sa sasabihin ng ibang tao. Walang maaasahan ang nagkakaloob sa dahilang ito.

Talakayin natin ngayon ang tungkol sa pagsasakripisyo ng sarili. Ang kahulugan ng 'ibigay ko ang aking katawan para sunugin' ay 'ganap na pagsasakripisyo ng sarili.' Kadalasan may kasamang pagmamahal ang pagsasakripisyo, pero pwede rin itong gawin nang walang pagmamahal. Anong mga sakripisyo ang walang pagmamahal?

Ang pagrereklamo tungkol sa iba't ibang bagay pagkatapos ng gawain para sa Diyos ay isang halimbawa ng pagsasakripisyong walang pagmamahal. Ito ay kapag ibinigay ninyo ang lahat ng lakas, oras at pera ninyo para sa Diyos pero walang pumansin o pumuri sa ginawa ninyo. Nalulungkot kayo at nagrereklamo kapag nararamdaman ninyong hindi ninyo kasing sipag ang mga kasamahan ninyo sa paglilingkod kahit sinasabi nilang mahal nila ang Diyos at ang Panginoon. Pwede ninyong isiping mga tamad sila. Iyon pala, hinuhusgahan at hinahatulan lang ninyo sila. Nakatago sa ugaling tulad nito ang paghahangad ninyo na makita ng iba ang kahusayan at kabutihan ninyo. Gusto ninyong tumanggap ng papuri at ipagmalaki sa iba ang katapatan ninyo. Pwedeng magkaaway-away ang mga tao sa ganitong klaseng pagsasakripisyo. Magdadala ito ng kalungkutan sa Diyos. Ito ang dahilan kung bakit wala kayong pakinabang sa sakripisyong walang pagmamahal.

Pwedeng hindi kayo magreklamo, manahimik at hindi magsalita. Pero kung walang magpapahalaga sa tapat na paglilingkod ninyo, panghihinaan kayo ng loob, iisipin ninyong balewala kayo, at ang pagsisikap ninyo para sa Panginoon ay manlalamig. Kung mayroong pupuna sa mga mali at kahinaan ng paglilingkod na ginawa ninyo nang buong lakas at pagsasakripisyo, mabibigo kayo, sisisihin pa ninyo ang mga taong ito. Kung may isang taong mas maraming nagagawang paglilingkod kaysa sa inyo, at pinupuri at pinapaboran ng iba kaysa sa inyo, magseselos at maiinggit kayo sa kanya. Pagkatapos, kahit tapat at masigasig kayo, wala kayong tunay na kagalakan. Baka itigil pa ninyo ang pagtupad ng mga tungkulin ninyo.

May mga tao ring masipag kung may nakatingin. Kung walang nakakakita at walang pumapansin, nagiging tamad sila, hindi na pinagbubuti ang pagtatrabaho. Ginagawa lang nila ang mga trabahong makikita ng ibang tao. Hinahangad nilang pansinin ng mga boss nila at ng ibang tao ang trabaho nila para purihin sila.

Kung may pananampalataya ang isang tao, paano niya

isasakripisyo ang sarili nang walang pag-ibig? Ito ay dahil wala siyang espirituwal na pag-ibig. Hindi malalim ang paniniwala nila na ang sa Diyos ay kanila, at kung ano ang kanila ay sa Diyos din. Halimbawa, ikumpara natin ang kalagayan ng isang magsasaka na nagtatrabaho sa sarili niyang lupain at ng isang magsasaka na nagtatrabaho sa lupain ng ibang tao, binabayaran siya para gawin ito. Kapag pag-aari ng magsasaka ang lupain, masipag siyang magbubungkal ng lupa mula umaga hanggang gabi. Hindi niya nakakalimutang gawin kahit na isang bagay para sa lupain niya at walang palya ang pagtatrabaho niya. Pero kung may isang trabahador na inuupahan para magsaka ng isang lupain na pag-aari ng ibang tao, hindi niya ibinibigay ang buong lakas niya sa trabaho. Sa halip, iniisip niya na lumubog na sana ang araw sa lalong madaling panahon para mabayaran na siya at makauwi na. Magagamit ang prinsipiyong ito kung kaharian ng Diyos ang pag-uusapan. Kung wala sa puso nila ang paglilingkod sa Diyos gaya ng mga magsasakang bayaran, ito ay pagpapakitang tao lang. Dadaing sila at magrereklamo kung hindi nila tatanggapin ang sweldong inaasahan nila.

Ito ang dahilan kung bakit sinasabi ng Colosas 3:23-24, "Anuman ang inyong ginagawa, ay inyong gawin ng buong puso, na gaya ng sa Panginoon, at hindi sa mga tao; yamang inyong nalalaman na sa Panginoon ay tatanggapin ninyo ang gantimpalang mana. Palingkuran ninyo ang Panginoong Jesu-Cristo." Ang pagtulong sa ibang tao at pagsasakripisyo ng sarili nang walang espirituwal na pag-ibig ay walang kinalaman sa Diyos. Ibig sabihin, wala tayong tatanggaping gantimpala mula sa Kanya (Mateo 6:2).

Kung gusto nating maging ganap ang pagsasakripisyo, dapat tayong magkaroon ng espirituwal na pag-ibig. Kung puno ng tunay na pag-ibig ang puso natin, pwede tayong magpatuloy sa paghahandog ng buhay natin para sa Panginoon ng may buong kalakasan, kahit hindi ito pahalagahan o bigyang pansin ng ibang tao. Tulad ng isang kandilang sinindihan sa gitna ng kadiliman, pwede nating isuko o ibigay ang lahat ng bagay sa buhay natin. Sa Lumang Tipan, kapag nagpapatay ang mga pari ng hayop para ihandog sa Diyos bilang pambayad na sakripisyo, ibinubuhos nila ang dugo nito at sinusunog ang taba sa apoy sa altar. Tulad ng isang hayop na inihahandog bilang panagot sa mga kasalanan natin, ibinuhos ng ating Panginoong Jesu-Cristo ang dugo at tubig sa katawan Niya para tubusin ang lahat ng tao mula sa lahat ng kasalanan. Nagpakita Siya sa atin ng halimbawa ng tunay na pagsasakripisyo.

Bakit naging epektibo ang pagsasakripisyo Niya sa kaligtasan ng mga kaluluwa? Ito'y sapagkat ginawa ito nang may perpektong pag-ibig. Sinunod ni Jesus ang kalooban ng Diyos hanggang sa isakripisyo Niya ang buhay Niya. Idinalangin Niya ang mga kaluluwa hanggang sa huling sandali ng pagkakapako sa Kanya (Lucas 23:34). Para sa tunay na sakripisyong ito, itinaas Siya ng Diyos, at ibiniay sa Kanya ang pinakamaluwalhating lugar sa Langit.

Sinasabi ng Filipos 2:9-10, "Kaya Siya naman ay itinaas ng Diyos, at Siya'y binigyan ng pangalang higit sa lahat ng pangalan; upang sa pangalan ni Jesus ay lumuhod ang bawat tuhod, sa langit at sa lupa, at sa ilalim ng lupa."

Kung iwawaksi natin ang kasibaan at maruruming hangarin, at

magsasakripisyo ng sarili ng may dalisay na puso tulad ni Jesus, itataas tayo ng Diyos at dadalhin sa mas mataas na posisyon. Nangako ang Diyos sa Mateo 5:8, "Mapapalad ang mga may malinis na puso, sapagkat makikita nila ang Diyos." Tatanggapin natin ang biyayang makita ng harapan ang Diyos.

Pag-ibig na Lampas sa Katarungan

Binansagang 'Bomba Atomiko ng Pagmamahal' si Pastor Yang Won Sohn. Ipinakita niya ang halimbawa ng sakripisyong may kasamang tunay na pagmamahal. Buong lakas niyang inalagaan ang mga ketongin. Nakulong siya dahil hindi siya sumamba sa altar ng mga Hapon noong panahon ng labanan sa ilalim ng pamumuno ng mga Hapon sa Korea. May narinig siyang nakakagimbal na balita sa kabila ng tapat na paglilingkod niya sa Diyos. Noong Oktubre 1948, pinatay ang dalawang lalaking anak niya ng mga sundalong maka-kaliwa dahil sa paghihimagsik sa namumunong kapangyarihan.

Marahil, magrereklamo tayo sa Diyos kapag nangyari sa atin ito. Sasabihing, "Kung buhay ang Diyos, bakit pinayagan Niyang mangyari ito?" Pero nagpasalamat lang siya sa pagmamartir ng mga anak niya at ngayon ay nasa Langit na kasama ng Panginoon. Higit pa dito, pinatawad niya ang rebeldeng pumatay sa dalawang anak niya, inampon pa niya ito bilang anak. Sa burol ng dalawang anak niya, nagpasalamat siya sa Diyos sa pamamagitan ng siyam na aspeto na humaplos ng damdamin ng napakaraming tao.

"Una sa lahat, nagpapasalamat ako dahil naging martir ang dalawang anak ko kahit nagmula sila sa akin na puno ng kasalanan.

Pangalawa, nagpapasalamat ako dahil ibinigay ng Diyos sa pamilya ko ang napakahalagang mga anak tulad nito kasama ng iba pang pamilya ng mga mananampalataya.

Pangatlo, nagpapasalamat ako dahil naisakripisyo ang una at pangalawang anak kong lalaki, sila ang pinakamagaganda sa tatlong anak kong lalaki at tatlong babae.

Pang-apat, napakahirap kung magiging martir ang isang anak, pero para sa akin na naging martir ang dalawa, nagpapasalamat ako.

Panlima, isang pagpapala ang mamatay nang may kapayapaan at may pananampalataya sa Panginoong Jesus, at nagpapasalamat ako dahil tinanggap nila ang kaluwalhatian ng pagmamartir dahil binaril sila habang ipinapangaral ang ebanghelyo.

Pang-anim, pinaghahandaan nila ang pagpunta sa Estados Unidos para mag-aral, pero ngayon, pumunta sila sa kaharian ng langit. Higit na mas mabuting lugar ito kaysa sa Estados Unidos. Bumuti ang pakiramdam ko, nagpapasalamat ako.

Pang-pito, nagpapasalamat ako sa Diyos na nagbigay sa akin ng pagkakataon na ampunin ang kalaban na pumatay sa aking mga anak.

Pang-walo, nagpapasalamat ako dahil naniniwala akong

magkakaroon ng masaganang bunga mula sa Langit ang pagmamartir ng mga anak ko.

Pang-siyam, nagpapasalamat ako sa Diyos dahil natanto ko ang pagmamahal Niya kaya may kagalakan ako kahit sa ganitong klaseng paghihirap."

Para maalagaan niya ang mga maysakit, hindi lumikas si Pastor Yang Won Sohn kahit may labanan sa Korea. Sa bandang huli pinatay siya ng mga komunistang sundalo. Inalagaan niya ang mga maysakit na pinabayaan ng ibang tao, at dahil mabuti siya, ginamot niya ang kalaban na pumatay sa dalawang anak niya. Nagawa niyang isakripisyo ang sarili dahil puno siya ng tunay na pag-ibig para sa Diyos at sa mga kaluluwa.

Sa Colosas 3:14, sinasabi ng Diyos sa atin, "At higit sa lahat ng mga bagay na ito ay magbihis kayo ng pag-ibig na siyang tali ng kasakdalan." Kahit makapagsalita tayo ng magagandang wika ng mga anghel, at kung may kaloob ng propesiya, at may pananampalataya na makakapagpalipat ng bundok, at makakapagsakripisyo ng sarili para sa mga nangangailangan, hindi perpekto ang mga gawaing ito sa mata ng Diyos kung hindi ito ginagawa ng may tunay na pagmamahal. Pag-aralan nating mabuti ngayon ang bawat kahulugan na nakapaloob sa tunay na pag-ibig para makamit natin ang walang hanggang sukat ng pag-ibig ng Diyos.

Mga Katangian ng Pag-ibig

"Ang pag-ibig ay matiisin at magandang loob; ang pag-ibig ay hindi maiinggitin, o mapagmalaki o hambog; hindi magaspang ang kilos. Hindi nito ipinipilit ang sariling kagustuhan, hindi mayayamutin, hindi nagtatala ng mga pagkakamali. Hindi natutuwa sa masamang gawa, kundi natutuwa sa katotohanan. Pinapasan nito ang lahat ng bagay, pinaniniwalaan ang lahat ng bagay, inaasahan ang lahat ng bagay, tinitiis ang lahat ng bagay."

1 Mga Taga-Corinto 13:4-7

Sa Mateo 24, makikita natin ang isang tagpo kung saan nagdadalamhati si Jesus habang nakataw sa Jerusalem, batid Niyang malapit na Siyang ipako sa krus ayon sa kalooban ng Diyos. Kung iisipin Niya ang kapahamakan na darating sa mga Judio at sa Jerusalem, hindi Niya mapigilan managhoy. Nagtaka ang mga alagad, tinanong Siya ng mga ito, "Sabihin Mo sa amin, kailan mangyayari ang mga bagay na ito at ano ang tanda ng Iyong pagdating, at ng katapusan ng panahon?" (t. 3)

Kaya sinabi ni Jesus sa kanila ang maraming tanda, at idinaing Niya na manlalamig ang pag-ibig: "Dahil sa paglaganap ng kasamaan, ang pag-ibig ng marami ay lalamig" (t. 12).

Sa kasalukuyan, totoong nadadama natin ang panlalamig ng pag-ibig ng mga tao. Maraming naghahanap ng pag-ibig, pero hindi nila batid kung ano ang tunay na pag-ibig, ibig sabihin, ang espirituwal na pag-ibig. Hindi natin basta makakamit ang tunay na pag-ibig dahil gusto natin ito. Magsisimula tayong magkaroon nito kung papasok sa puso natin ang pag-ibig ng Diyos. Malalaman na natin kung ano talaga ito, at maaari na tayong magsimulang magwaksi ng mga kasalanan mula sa puso natin.

Sinasabi ng Mga Taga-Roma 5:5, "...At hindi tayo binibigo ng pag-asa, sapagkat ang pag-ibig ng Diyos ay ibinuhos sa ating mga puso sa pamamagitan ng Espiritu Santo na ibinigay sa atin." Sinabing, madadama natin ang pag-ibig ng Diyos sa pamamagitan ng Banal na Espiritu na nasa puso natin.

Sinabi sa atin ng Diyos ang mga katangian ng espirituwal na pag-ibig sa 1 Mga Taga-Corinto 13:4-7. Dapat itong matutuhan at isabuhay ng mga anak ng Diyos para maging mga mensahero sila ng pag-ibig Niya at para maipadama sa mga tao ang espirituwal na pag-ibig.

1. Ang Pag-ibig ay Matiisin

Kung hindi marunong magtiis ang isang tao, bilang isa sa mga katangian ng espirituwal na pag-ibig, pwede niyang maimpluwensyahan ang ibang tao na mawalan ng lakas ng loob. Ipagpalagay nating may tagapangasiwa na nagbigay ng trabaho sa isang tauhan, hindi ginawa ng maayos ng tauhang ito ang trabaho. Kaya ipinasa agad ng tagapangasiwa ang trabahong ito sa iba. Baka maging malungkot ang unang tauhan dahil hindi siya binigyan ng pangalawang pagkakataon para pagbutihin ang trabaho niya. Inilagay ng Diyos sa unahan ang katangiang 'matiisin' ng espirituwal na pag-ibig dahil ito ang batayang katangian sa paghubog nito. Kung mayroon tayong pag-ibig, hindi tayo maiinip sa paghihintay.

Sa sandaling matanto natin ang pag-ibig ng Diyos, pagsisikapan nating ibahagi ito sa mga tao sa paligid natin. Kung susubukan nating magmahal sa ganitong paraan, maaaring iba ang maging pagtanggap ng mga tao na ikakalungkot o ikakasira natin. Pagkatapos, maiinis na tayo sa mga taong iyon, hindi na natin sila mauunawaan. Dapat nating pagtiisan at mahalin ang mga taong ito para maipakita natin ang espirituwal na pag-ibig. Kahit siraan, kapootan, o pahirapan nila tayo nang walang dahilan, dapat tayong matutong magtiis, mahalin natin sila.

Hiniling sa akin ng isang miyembro ng iglesya na ipanalangin ko ang asawa niyang may depresyon. Sinabi din niyang mahilig siyang uminom ng alak, at kapag lasing na siya, nag-iiba ang ugali niya, pinapahirapan niya ang mga miyembro ng pamilya niya.

Gayon pa man, tinitiis ng asawa niya ang ugali niya, at may pagmamahal na pinagtatakpan ang kasalanan niya. Hindi nagbago ang ugali ng miyembrong ito, at habang tumatagal, naging sugapa siya sa alak. Nawalan ng ganang mabuhay ang asawa niya, siya ay natalo ng depresyon.

Pinahirapan niya ang asawa niya dahil sa paglalasing, pero tinanggap niya ang pananalngin ko dahil mahal niya ang asawa niya. Pagkatapos kong marinig ang kwento niya, sinabi ko sa kanya, "Kung totoong mahal mo ang asawa mo, bakit nahihirapan kang tumigil sa paninigarilyo at paglalasing?" Hindi siya sumagot, parang nawalan siya ng lakas ng loob. Naawa ako sa pamilya niya. Idinalangin kong gumaling nawa ang asawa niya mula sa depresyon, at idinalangin ko na tumanggap nawa siya ng lakas para itigil ang paninigarilyo at paglalasing. Kamangha-mangha ang kapangyarihan ng Diyos! Ni hindi na niya naisip maglasing pagkatapos maipanalangin. Dati hindi niya magawa ito pero bigla na lang siyang huminto. Gumaling din ang asawa niya mula sa depresyon.

Simula ng Espirituwal na Pag-ibig ang Pagiging Matiisin

Para mahubog ang espirituwal na pag-ibig, dapat tayong maging matiisin (mapasensya) sa ibang tao sa kahit na anong situwasyon. Nahihirapan na ba kayo sa pagtitiyaga? O, tulad ng asawang babae sa kwento, nanghihina na ba ang kalooban ninyo dahil walang nangyayaring pagbabago kahit matagal na kayong nagtitiis? Bago natin sisihin ang mga situwasyon o ibang tao, suriin muna natin ang mga puso natin. Kapag ganap na nating nahubog sa puso natin ang katotohanan, walang situwasyong hindi natin pagtitiisan. Ibig sabihin, may natitira pang kasamaan sa puso natin kung hindi natin kayang magtiis. Kasalanan kung hindi natin magawang magtiis.

Ang kahulugan ng pagiging matiisin ay pagtitiyaga sa sarili at sa mga pagdurusang hinaharap kapag nagsisikap tayong magpakita ng tunay na pagmamahal. Magkakaroon ng mahihirap na situwasyon kung pagsisikapan nating magmahal ng mga tao bilang pagsunod sa Salita ng Diyos. Ang pagtitiis ng espirituwal na pag-ibig ang tutulong sa atin para magtiyaga sa mga ganitong situwasyon.

Ang pagtitiis na binabanggit dito ay iba sa pagtitiis na sinasabi sa siyam na bunga ng Banal na Espiritu na nakasulat sa Galacia 5:22-23. Ano ang ipinag-iba nila? Hinihimuk tayo ng 'pagtitiis' na binabanggit sa siyam na bunga ng Banal na Espiritu na magtiis sa lahat ng bagay para sa kaharian at kabanalan ng Diyos. Habang ang 'pagtitiis' na tinutukoy sa espirituwal na pag-ibig ay para hubugin ang pag-ibig na espirituwal. Mas tukoy at tiyak ang kahulugan. Pwede nating sabihin na sakop ito ng 'pagtitiis' na

Ang Pagtitiis na Tinutukoy ng Siyam na Bunga ng Espiritu	1. Ito ay pagwawaksi ng lahat ng kasinungalingan at kasamaan, at paghubog ng kalooban sa katotohanan 2. Ito ay pag-unawa sa ibang tao, paghahanap kung ano ang makakabuti sa kanila, at pagiging mapagpayapa 3. Ito ay pagtanggap ng sagot sa mga dalangin, kaligtasan, at mga bagay na ipinangako ng Diyos

binabanggit sa siyam na bunga ng Banal na Espiritu.

Sa panahon ngayon, mabilis at madali nang maghabla ng isang tao sa dahilang paninira nito sa ari-arian o pagkatao, kahit gaano kaliit ito. Napakaraming hablahang nangyayari. Hinahabla nila ang asawang babae o lalaki, o mga magulang at mga anak. Kung matiisin kayo, pipintasan pa kayo, sasabihing wala kayo sa katinuan. Pero ano ang sinasabi ni Jesus?

Basahin natin sa Mateo 5:39, "Ngunit sinasabi ko sa inyo, 'Huwag ninyong labanan ang masamang tao.' At kung ikaw ay sampalin ng sinuman sa kanang pisngi, iharap mo rin sa kanya ang kabila." At sa Mateo 5:40, "Kung ipagsakdal ka ng sinuman, at kunin ang iyong baro, ibigay mo rin sa kanya ang iyong balabal."

Hindi lang sinasabi sa atin ni Jesus na huwag bayaran ng masama ang kasamaan, sinabi rin Niyang magtiis tayo. Sinasabi rin Niya na gawan ng kabutihan ang mga taong masasama. Baka isipin nating, "Paano natin gagawan ng mabuti itong taong ito kung galit at sinaktan tayo?" Makakaya natin ito kung mayroon tayong pananampalataya at pag-ibig. Ito ang pananampalataya sa pag-ibig ng Diyos na ibinigay sa atin ang bugtong na Anak Niya bilang kabayaran sa ating mga kasalanan. Kung naniniwala tayo na tinanggap natin ang ganitong klaseng pag-ibig, pwede na nating patawarin kahit ang mga taong nagdulot ng malaking pagdurusa at pasakit sa atin. Kung minamahal natin ang Diyos na nagbigay sa atin ng Tanging Anak Niya, at ang Panginoon na nagbigay ng buhay Niya para sa atin, magagawa nating mahalin kahit sino at at lahat ng tao.

Pagtitiis na Walang Limitasyon

Pinipigil ng ibang tao ang kanilang poot, galit, init ng ulo o iba pang negatibong emosyon hanggang sa umabot sa sukdulan ang pagtitiis nila, pagkatapos sasabog ang galit nila. May mga mahiyain o walang imik na tao na nahihirapang ipahayag ang nararamdaman, kinikimkim na lang ang pagdurusa ng kalooban. Nakakasama ito sa kalusugan dahil sa labis na tensyon. Ang pagtitiis tulad nito ay parang ibon na ikinukulong sa inyong mga kamay. Kung bubuksan ninyo ang palad ninyo, agad itong lilipad.

Ang pagtitiis na nais ng Diyos para sa atin ay dapat hindi nagbabago hanggang sa huli. Para mas malinaw, kung may pagtitiis tayong tulad nito, hindi na tayo kailangang magtiis. Hindi na tayo mag-iipon ng galit at sama ng loob sa puso natin. Tatanggalin natin ang masamang orihinal na likas na dahilan ng mga negatibong emosyon. Papalitan natin ito ng pag-ibig at habag. Ito ang diwa ng espirituwal na kahulugan ng pagtitiis. Kung hindi masama ang puso natin, at puno ito ng pagmamahal na espirituwal, hindi mahirap magmahal kahit ng mga kaaway. Sa totoo lang, ni hindi natin hahayaang magkaroon ng poot.

Kung puno ng galit, pagtatalo, inggit, at selos ang puso natin, uunahin nating tingnan ang mga negatibong ugali ng ibang tao kahit mabubuti naman sila. Parang nakasuot kayo ng 'sunglasses', madilim ang paningin at ang paligid. Sa kabilang banda, kung puno ng pagmamahal ang puso natin, magiging kagiliw-giliw ang mga tao, kahit ang mga gumagawa ng masama. Kahit ano pa mang kapintasan, kakulangan, kasalanan, o kahinaan nila, hindi tayo magagalit sa kanila. Kahit may galit pa sila sa atin at ginagawan nila tayo ng masama, hindi natin sila gagantihan.

Nasa puso din ni Jesus ang pagtitiis na 'hindi babali ng tambong nasugatan, o papatay ng nagbabagang mitsa'. Nasa puso din ito ni Esteban na idinalangin kahit ang mga bumabato sa kanya, sinasabing, "Panginoon, huwag Mo silang papanagutin sa kasalanang ito!" (Ang Mga Gawa 7:60) Binato siya ng mga ito dahil ipinangaral niya ang ebanghelyo sa kanila. Mahirap ba para kay Jesus na mahalin ang mga taong makasalanan? Hindi! Ito'y sapagkat ang kalooban Niya ay mismong katotohanan.

Isang araw, nagtanong si Pedro kay Jesus, "Panginoon, makailang ulit magkakasala ang aking kapatid laban sa akin at siya'y aking patatawarin? Hanggang sa makapito ba?" (Mateo 18:21) Sumagot si Jesus, "Hindi Ko sinasabi sa iyo, hanggang sa makapito, kundi, hanggang sa makapitumpung pito" (t. 22).

Hindi ito nangangahulugang magpapatawad tayo ng pitong beses ng pitumpu, na kung susumahin ay 490 beses. Sa espirituwal na diwa, ang pito ay sumisimbulo ng pagiging perpekto. Kaya, kapag sinabing magpatawad ng pitong beses ng pitumpu, ang kahulugan nito ay perpektong pagpapatawad. Madadama natin ang walang hanggang pag-ibig at pagpapatawad ni Jesus.

Ang Pagtitiis na Tumutupad ng Espirituwal na Pag-ibig

Siyempre, hindi madaling palitan ng pag-ibig ang galit. Dapat muna tayong magtiis sa loob ng mahabang panahon, huwag tayong hihinto. Sinasabi ng Efeso 4:26, "Magalit kayo ngunit huwag magkasala; huwag hayaang lubugan ng araw ang inyong galit."

Ang sinasabi dito na, 'magalit kayo' ay tumutukoy sa mahihina ang pananampalataya. Sinasabi ng Diyos sa mga taong ito na kahit magalit sila dahil sa kawalan ng pananampalataya, huwag nilang patagalin ang galit hanggang sa lumubog ang araw, ibig sabihin, 'sa loob ng mahabang panahon'. Pabayaan nilang lumipas ito. Ayon sa sukat ng pananampalataya ng isang tao, maaari niyang baguhin ng dahan-dahan ang kalooban niya patungo sa katotohanan at espirituwal na pag-ibig kung pagsisikapan niyang iwaksi ang galit at poot mula sa puso niya nang may pagtitiis at katatagan.

Tungkol naman sa makasalanang likas na naitanim na sa kalooban ng isang tao, pwede niyang iwaksi ito sa maalab na pananalangin at kapuspusan ng Banal na Espiritu. Napakahalagang maging mabuti tayo sa mga taong hindi natin gusto, pakitaan at gawan natin sila ng mabuti. Habang ginagawa natin ito, mawawala ang galit sa puso natin, makakaya na natin silang mahalin. Mawawala ang mga kaaway natin, wala na tayong kaiinisan. Pwede na tayong magsulong ng masayang buhay, parang nasa Langit. Tulad ng sinabi ng Panginoon, "Sapagkat masdan ninyo, ang kaharian ng Diyos ay nasa inyo" (Lucas 17:21).

Sinasabi ng mga tao na parang nasa Langit sila kapag masaya sila. Katulad nito ang kaharian ng Diyos na nasa inyo, tumutukoy ito sa iwinaksi ninyong mga kasamaan at kasinungalingan mula sa puso ninyo at pinuno ito ng katotohanan, pag-ibig, at kabutihan. Hindi na kayo dapat magtiis dahil palagi na kayong masaya, nagagalak, at puno ng pagpapala. Ito'y sapagkat minamahal ninyo ang lahat ng tao sa paligid ninyo. Habang iwinawaksi ninyo ang kasamaan at gumagawa ng kabutihan, nababawasan ang pagtitiis ninyo. Kung magkakaroon kayo ng espirituwal na pag-ibig, hindi na kayo kailangang magtiis sa pagpipigil ng emosyon; magagawa na ninyong matiyagang maghintay sa pagbabago ng ibang tao nang may pagmamahal at may kapayapaan. Walang pagluha, kalungkutan, at karamdaman sa Langit. Hindi kayo magagalit o mawawalan ng pasensya sa kahit kanino dahil ni walang kasamaan doon, kabutihan at pag-ibig lang. Hindi na kailangang magtiis ng ating Diyos sa kahit na anong bagay dahil Siya mismo ay pag-ibig. Ang dahilan kung bakit sinasabi ng Biblia na 'ang pag-ibig ay matiisin' ay dahil bilang mga tao, mayroon tayong kaluluwa, saloobin, at sariling pag-iisip at mga ideya. Gusto ng Diyos na tulungan ang mga tao para makaunawa. Kung gaanong kasamaan ang naiwaksi at kabutihan ang natupad, ganoon din ang naibabawas na pagtitiis.

Ginagawang Kaibigan ang Kaaway sa Pamamagitan ng Pagtitiis

Hindi magkasundo si Abraham Lincoln, panlabing-anim na pangulo ng Estados Unidos, at si Edwin Stanton noong mga abogado pa lang sila. Nagmula sa mayamang pamilya si Stanton kaya nakamit ang mahusay na edukasyon, habang isang mahirap na magsasapatos ang ama ni Lincoln, ni hindi siya nakapagtapos ng elementarya. Tinutuya ni Stanton si Lincoln ng masasakit na salita. Hindi nagalit sa kanya si Lincoln, ni hindi ito nagsalita ng masama sa kanya.

Pagkatapos mahalal ni Lincoln bilang pangulo, itinalaga niya si Stanton bilang 'Secretary of War' (Kalihim ng Labanan). Isa ito sa mahahalagang posisyon sa gabinete. Batid ni Lincoln na si Stanton ang tamang tao para sa posisyong ito. Hindi nagtagal, nang may bumaril kay Lincoln sa Ford's Theatre, nagktakbuhan ang mga tao, ayaw nilang mabaril din sila. Pero, agad tumakbo si Stanton patungo kay Lincoln. Habang yakap at iniiyakan si Lincoln, sinabi niya, "Narito ang isang taong pinakadakila sa paningin ng mundo, siya ang pinakamahusay na lider sa kasaysayan."

Maaaring magdala ng mga himala ang pagtitiis na binabanggit sa espirituwal na pag-ibig. Pwedeng maging magkaibigan ang mga magkakaaway. Sinasabi sa Mateo 5:45, "...upang kayo'y maging mga anak ng inyong Ama na nasa langit, sapagkat pinasisikat Niya ang Kanyang araw sa masasama at mabubuti, at nagpapaulan sa mga matuwid at sa mga di-matuwid."

Mapagtiis ang Diyos kahit sa mga taong gumagawa ng masama, gusto Niyang dumating ang araw na magbabago sila. Kung tatratuhin natin ng masama ang mga taong masama, ibig sabihin, masama din tayo. Pero kung pagtitiisan at mamahalin natin sila, aasa at magtitiwala sa Diyos na Siyang magpapala sa atin, tatanggapin natin ang magandang tirahan sa Langit (Mga Awit 37:8-9).

2. Ang Pag-ibig ay Magandang-loob

May isang pabula ang manunulat na si Aesop tungkol sa araw at hangin. Isang araw, nagpustahan ang araw at hangin kung sino sa kanila ang mauunang makapagpahubad ng dyaket ng isang lalaking dumadaan. Nauna ang hangin, humihip ito ng napakalakas, nakapagpatumba ito ng isang puno. Mas lalong pinasikip ng lalaki ang dyaket niya. Sumunod ang araw, naglabas ito ng mainit na sikat habang nakangiti. Dahil nainitan, hinubad ng lalaki ang dyaket niya.

May magandang aral para sa atin ang kwentong ito. Pinilit ng hangin na ipahubad sa lalaki ang dyaket niya, habang kusang-loob na ipinahubad ito ng araw. Ganito rin ang kagandahang-loob. Ito ay paghaplos ng kalooban ng ibang tao, hindi sapilitan, kundi sa pamamagitan ng kabutihan at pag-ibig.

Tinatanggap ng Magandang-loob ang Kahit na Anong Klaseng Tao

Tinatanggap ng taong may magandang kalooban ang kahit na sino, maraming kumportable kapag kasama siya. Sa diksyunaryo, ang kahulugan ng magandang-loob ay 'ang katangian o katayuan ng pagmamagandang-loob' at ang pagmamagandang-loob ay likas na pagtitiis. Para mas maintindihan ang magandang-loob, isipin ninyo ang kapirasong bulak. Walang ingay ang bulak kahit hampasin ng ibang bagay, tinatanggap nito ang kahit na anong bagay.

Ang magandang-loob ay para ring puno, pwedeng magpahinga rito ang mga tao. Kung sisilong kayo sa ilalim ng malaking puno sa panahon ng tag-init para umiwas sa napaka-init na sikat ng araw, mas giginhawa ang pakiramdam ninyo, mas lalamig. Katulad nito ang isang taong may magandang-loob, maraming taong lalapit sa kanya para magpahinga.

Kadalasan, kapag ang isang tao ay may magandang-loob at mahinahon, hindi nagagalit sa mga gumugulo sa kanya, hindi ipinipilit ang opinyon niya, sinasabing siya ay mapagpakumbaba at mahabagin. Pero kahit gaano pa ang pagpapakumbaba at habag niya kung hindi naman ito tinatanggap at kinikilala ng Diyos, hindi pwedeng sabihing siya ay totoong mapagpakumbaba at mahabagin. May mga taong masunurin sa iba dahil likas sa kanila ang maging mahina at konserbatibo. Ang iba naman ay nagpipigil ng galit kahit nababalisa ang isipan nila dahil pinapahirapan sila ng ibang tao. Pero hindi pwedeng sabihing may magandang-loob sila. Dahil sa espirituwal na pagpapakumbaba at habag, tinatanggap at tinitiis ng mga taong hindi masama at may pag-ibig sa puso ang masasamang tao.

Nais ng Diyos ang Espirituwal na Magandang-loob

Ang espirituwal na magandang-loob ay resulta ng puspos na espirituwal na pag-ibig at walang kasamaan. Kung may espirituwal na pag-ibig, wala kayong kalaban, tinatanggap ninyo ang ibang tao, kahit napakasalbahe nila. At nagtitiis kayo dahil marunong o matalino kayo. Pero dapat nating tandaan na hindi pwedeng sabihing may magandang-loob tayo dahil lang walang pasubali ang pag-unawa at pagpapatawad natin at magiliw tayo sa lahat. Dapat mayroon din tayong kabanalan, karangalan, at kapangyarihang gumabay at manghikayat o mang-impluwensya ng ibang tao. Kaya, ang taong espirituwal na may magandang-loob ay hindi lang maamo, matalino din siya at matuwid. Dapat tularan ang buhay niya. Para mas maipaliwanag ang espirituwal na magandang-loob, ito ay pagpapakumbaba ng kalooban at pagpapakita ng banal na kabutihang-loob. Kahit mayroon tayong magandang-loob, walang kasamaan at puro kabutihan lang, pero kung hindi naman natin ipinapakita ang pagiging mahinahon, hindi natin matatanggap ang ibang tao at hindi tayo magkakaroon ng positibong impluwensya sa kanila. Kaya kung mayroon tayong magandang-loob at ipinapakita natin ang banal na kabutihang-loob, magiging perpekto ang magandang-loob natin, pwede tayong magpakita ng mas malaking kapangyarihan. Kung mabuti at maganda ang kalooban natin, mamahalin tayo ng mas maraming tao. Mas maraming bagay ang pwede nating tuparin.

Pwedeng ipakita ng isang tao ang pagmamahal niya sa iba kung mabuti at maganda ang kalooban niya, kung puspos ang pagkamahabagin niya, at kung mayroon siyang banal na kabutihang-loob para magabayan niya ang ibang tao sa tamang daan. Maaari niyang dalhin ang ibang tao sa daan patungo sa kaligtasan. Ang magandang-loob ay hindi makikita kung walang banal na kabutihang-loob na ipinapakita. Pag-aralan natin kung ano ang dapat nating gawin para hubugin ang magandang kalooban.

Ang Batayang Sukatan ng Magandang Kalooban ay Kabanalan

Una sa lahat, para magkaroon ng magandang-loob, dapat

nating tanggalin ang lahat ng kasamaan sa puso, at magpakabanal. Ang pusong may magandang-loob ay parang bulak. Kahit humarap ito sa isang taong mapusok o agresibo, hindi ito magsasalita o iimik. Iintindihin at tatanggapin niya ang taong ito. Ang isang taong may magandang-loob ay hindi masama, wala siyang kaaway. Kung ang puso natin ay may poot, selos, inggit, matigas na pusong mapagmalinis, at hindi nakikinig o sumusunod, mahihirapan tayong tanggapin at intindihin ang ibang tao.

Kung babagsak ang isang bato sa isa pang bato, o sa isang solidong bakal, mag-iingay ito at tatalsik. Parang ganito rin kung makalaman tayo, ipapakita natin na hindi tayo kumportable kahit hindi naman gaanong nakakaabala sa atin ang ibang tao. Kung huhusgahan, hahatulan, itsitsismis, at sisiraan natin ang mga taong may masamang ugali at iba pang mga kapintasan, at hindi natin sila pagtatakpan, poprotektahan, o iintindihin, ibig sabihin, parang maliit na sisidlan tayo, aapaw agad kahit kaunti pa lang ang laman.

Ito ay napakakitid na puso na punung-puno ng maruruming bagay, wala ng lugar para sa ibang bagay. Halimbawa, sumasama ang loob natin kung tutukuyin ng iba ang pagkakamali natin. O kaya, kapag may nakita tayong dalawang taong nagbubulungan, iisipin nating tayo ang pinag-uusapan nila at kung anong sinasabi nila tungkol sa atin. Baka manghusga pa tayo ng tao kapag nakita nating sumulyap sila sa atin.

Ang hindi pagkakaroon ng masamang puso ay ang pinakamahalagang kondisyon para sa magandang-loob. Ang dahilan ay sapagkat kapag walang kasamaan ang puso natin, pwede tayong magmahal ng ibang tao. Palaging nahahabag sa ibang tao ang may magandang-loob. Ayaw niyang humatol at humusga ng ibang tao, gusto niyang unawain at mahalin ang mga ito. Dahil mainit na pagmamahal ang ipinapakita niya sa kanila, lumalambot ang kalooban pati ng mga masasamang tao.

Napakahalaga na maging banal ang mga taong gumagabay at nagtuturo. Kung hindi sila banal, gagamitin nila ang makalamang saloobin nila. Hindi nila matutulungan ang kawan dahil hindi nila makikita kung ano ang problema ng mga ito. Hindi nila magagawang gumabay sa mga ito sa mas mabuti at mapayapang katayuan. Matatanggap natin ang paggabay ng Banal na Espiritu para malaman ang situwasyon ng kawan para madala sila sa tamang daan kung tayo ay lubos ng napabanal. Kinikilala at tinatanggap ng Diyos ang mga lubos na napabanal na may tunay na magandang-loob. Iba-iba ang batayan ng bawat tao sa kung ano ang magandang-loob. Pero ang magandang-loob na nakikita ng tao ay iba sa magandang-loob na nakikita ng Diyos.

Tinanggap ng Diyos ang Magandang-loob ni Moises

Sa Biblia, nakilala si Moises dahil sa magandang-loob niya. Matututuhan natin kung gaano kahalaga ang pagkilala ng Diyos mula sa Mga Bilang kabanata 12. Minsan, nagsalita laban kay Moises ang kapatid niyang lalaking si Aaron at ang kapatid niyang babaing si Miriam dahil nag-asawa siya ng isang babaing Cusita.

Sinasabi ng Mga Bilang 12:2, "At kanilang sinabi, 'Ang PANGINOON ba'y nagsasalita sa pamamagitan lamang ni Moises? Hindi ba nagsasalita rin naman Siya sa pamamagitan natin?' At narinig ito ng PANGINOON."

Ano ang reaksyon ng Diyos sa sinabi nila? "Sa kanya'y

nakikipagusap Ako nang harapan, nang maliwanag, at hindi sa malabong salitaan; at ang anyo ng PANGINOON ay kanyang nakikita. Bakit hindi kayo natakot na magsalita laban sa Aking lingkod na si Moises?" (Mga Bilang 12:8)

Nagalit ang Diyos sa mapanghusgang komento ni Aaron at Miriam tungkol kay Moises. Dahil dito, naging ketongin si Miriam. Tagapagsalita ni Moises si Aaron at si Miriam ay isa sa mga lider ng kongregasyon. Dahil inisip nilang sila rin ay tinatanggap at lubos na minamahal ng Diyos, agad silang nagsalita laban kay Moises nang sa tingin nila ay gumawa ito ng mali.

Hindi tinanggap ng Diyos ang paghatol at pagsasalita laban kay Moises nina Aaron at Miriam ayon sa sarili nilang pamantayan. Anong klaseng tao ba si Moises? Siya ay tinanggap ng Diyos bilang pinakamapagpakumbaba at maamong tao sa ibabaw ng mundo. Tapat din siya sa buong sambahayan ng Diyos, dahil dito, lubos ang pagtitiwala sa kanya nito, pwede silang mag-usap ng harapan.

Kung titingnan natin ang proseso na pinagdaanan ng mga mamamayan ng Israel mula sa pagtakas sa Ehipto hanggang sa makarating sila sa Canaan, maiintidihan natin kung bakit napakataas ng pagkilala ng Diyos kay Moises. Paulit-ulit na nagkasala ang mga mamamayang tumakas mula sa Ehipto, nilabanan nila ang kalooban ng Diyos. Nagreklamo sila laban kay Moises, dumaing sila kahit sa maliliit na paghihirap. Parang nagreklamo na rin sila laban sa Diyos. Sa tuwing magrereklamo sila, humihiling ng awa mula sa Diyos si Moises.

May isang pangyayaring nagpakita ng mababang-loob ni Moises. Habang nasa itaas siya ng Bundok Sinai para tanggapin ang sampung utos, gumawa ng diyus-diyosan ang mga mamamayan – isang gintong guya – nagkainan, naglasing, at nagpakasaya sila habang sinasamba ito. Sumasamba sa mga diyus-diyosang parang toro o baka ang mga taga-Ehipto, ginaya nila ito. Hindi sila nagbago kahit ipinakita ng Diyos na sumama Siya sa kanila sa lahat ng oras, pero hindi sila nagbago. Sa bandang huli, ipinadanas ng Diyos sa kanila ang poot Niya. Pero sa pagkakataong ito, namagitan si Moises para sa kanila, handa siyang ibigay ang buhay niya bilang panagot. "Ngunit ngayon, kung maaari ay patawarin Mo ang kanilang kasalanan – at kung hindi, ay burahin Mo ako sa aklat na isinulat Mo" (Exodo 32:32).

Ang 'aklat na isinulat Mo' ay tumutukoy sa aklat ng buhay kung saan nakasulat ang lahat ng pangalan ng mga ligtas. Kung buburahin ang pangalan ninyo doon, hindi kayo maliligtas, magdurusa kayo sa Impiyerno magpakailanman. Batid ni Moises ang mangyayari kapag namatay ang isang tao, pero gusto niyang maligtas ang mga tao kahit nangangahulugang ibigay niya ang kaligtasan niya para sa kanila. Ang kaloobang ito ni Moises ay tumutulad sa kalooban ng Diyos na nagnanais na walang ni isang mapahamak.

Nahubog ang Magandang-loob ni Moises Dahil sa mga Pagsubok

Noong simula, ang mababang-loob ni Moises ay hindi tulad nito. Kahit siya ay taga-Hebreo, pinalaki siya bilang anak ng prinsesang Ehipcio na sagana sa lahat ng bagay. Tinuruan siya ng pinakamataas na klaseng kaalaman at kahusayan sa pakikipaglaban ng mga Ehipcio. Mapagmataas at mapagmalinis din siya. Isang araw, nakita niyang binubugbog ng isang Ehipcio aang isang Hebreo, at dahil mapagmalinis siya, napatay niya ang

Ehipcio.

Dahilo sa pangyayaring ito, nagtago siya. Mabuti na lang, naging pastol siya sa disyerto sa tulong ng isang paring taga-Midian, pero nawala sa kanya ang lahat ng bagay. Sa mga Ehipcio, mababang klase ng gawain ang pag-aalaga ng kawan. Kinailangang gawin ni Moises sa loob ng 40 taon ang isang bagay na ipinapalagay niyang mababa. Samantala, lubos siyang naging mapagpakumbaba dahil natanto niya ang tungkol sa buhay at sa pag-ibig ng Diyos.

Si Moises na prinsipe ng Ehipto ay hindi hinirang ng Diyos bilang lider ng mga Israelita, hinirang Niya si Moises na pastol na nagpakababa ng maraming beses hanggang sa tawagin siya ng Diyos. Lubos ang pagpapakababa niya, iwinaksi niya ang kasamaan ng puso niya sa pamamagitan ng mga pagsubok. Dahil dito, nagawa niyang dalhin ang mahigit sa 600,000 mamamayan palabas ng Ehipto at patungo sa lupain ng Canaan.

Samakatwid, ang isang mahalagang bagay sa paghubog ng mababang-loob ay kabutihan at pag-ibig sa pamamagitan ng pagpapakumbaba sa harapan ng Diyos sa mga pagsubok na niloob Niyang pagdaanan natin. Ang hangganan ng pagpapakumbaba natin ay may kinalaman din sa mababang-loob natin. Kung kuntento na tayo sa kalagayan natin katulad nina Aaron at Miriam na nagpalagay na sapat na ang paghubog nila sa katotohanan at pinahalagahan na ng ibang tao, magiging mapagmalaki tayo.

Gagawing Perpekto ng Banal na Kabutihang-loob ang Espirituwal na Magandang-loob

Para hubugin ang espirituwal na magandang-loob, hindi lang

dapat magpakabanal sa pamamagitan ng pagwawaksi ng lahat ng klase ng kasamaan, kundi hubugin din ang banal na kabutihang-loob. Ang kahulugan ng banal na kabutihang-loob ay pag-unawa at pagtanggap sa ibang tao ng walang pagtatangi; paggawa ng tama ayon sa tungkulin ng tao; at pagkakaroon ng katangiang humimuk sa ibang tao na kusang-loob nilang ilaan at isuko ang puso nila sa pamamagitan ng pagtanggap ng mga pagkukulang nila at hindi sa pamamagitan ng pisikal na lakas. May pagmamahal na nagbibigay ng lakas ng loob at pagtitiwala sa iba ang mga taong katulad nito.

Parang damit na isinusuot ang banal na kabutihang-loob. Kung hubad tayo, kahit gaano kabuti ng kaloobaan natin, aalipustahin tayo ng ibang tao. Tulad nito, kahit gaano kababa ang loob natin, hindi natin maipapakita ang kahalagahan nito kung wala tayong banal na kabutihang-loob. Halimbawa, may isang taong may magandang-loob, hindi ito nakikita sa kanya. Marami siyang sinasabing hindi mahalaga sa mga kausap niya. Wala siyang masamang intensyon, pero nawawala ang tiwala ng ibang tao sa kanya dahil hindi mabuti ang asal niya, parang hindi edukado. May mga taong walang sama ng loob o galit dahil may magandang-loob sila. Hindi sila nananakit ng kapwa. Pero kung hindi sila tutulong o kakalinga sa iba, mahihirapan silang kunin ang loob o pagtanggap ng mga ito sa kanila.

Hindi makakaakit ng mga bubuyog at paru-paro ang mga bulaklak na walang amoy o walang kulay kahit marami silang nektar. Tulad nito, hindi magniningning ang magandang-loob natin kung wala tayong banal na kabutihang-loob sa salita at gawa, kahit ibigay pa natin ang kaliwang pisngi kapag sinampal ang kanan. Matutupad ang magandang-loob at maipapakita ang tunay na kahalagahan nito kung ang magandang-loob na nasa puso ay ipapakita ng banal na kabutihang-loob sa salita at gawa.

Mayroong banal na mabuting-kalooban si Jose. Siya ang panlabingisang anak ni Jacob, ang ama ng buong Israel. May galit sa kanya ang lahat ng mga kapatid niya, ipinagbili siya bilang alipin sa Ehipto noong bata pa siya. Pero sa tulong ng Diyos, naging punong ministro siya dito noong 30 taong gulang siya. Noong panahong iyon, napakamakapangyarihan ng Ehipto dahil na rin sa Ilog ng Nilo. Isa ito sa apat na pinakamalalaking 'sentro ng sibilisasyon.' Mapagmataas ang mga namumuno at ang mga mamamayan dito kaya hindi madali para sa isang dayuhan na maging punong ministro. Kung mayroon siyang kahit isang pagkakamali, dapat siyang magbitiw agad sa posisyon.

Kahit sa situwasyong tulad nito, pinamahalaan ni Jose ang Ehipto nang napakahusay at napakatalino. May magandang-loob at mapagpakumbaba siya, walang mali sa mga salita at gawa. Marunong siya at marangal bilang isang pinuno. Ang kapangyarihan niya ay pangalawa sa hari pero hindi niya pinangibabawan ang mga mamamayan, ni hindi siya nagyabang. Mahigpit siya sa sarili niya, pero may mabuting-kalooban at magiliw siya sa ibang tao. Kaya ang hari at ang ibang ministro ay hindi nangilag sa kanya, hindi nila kailangang maging maingat o magselos sa kanya dahil lubos ang pagtitiwala nila sa kanya. Pwede nating sabihin ito dahil sa napakainit na pagtanggap ng mga Ehipcio sa pamilya niya, na lumipat sa Ehipto mula sa Canaan para takasan ang taggutom.

Ang Magandang-loob ni Jose ay may Kasamang Banal na Kabutihang-loob

Kung ang isang tao ay may banal na kabutihang-loob, ibig sabihin, nauunawaan at tinatanggap niya ang lahat ng klaseng tao. Hindi niya huhusgahan o hahatulan ang iba ayon sa sarili niyang pamantayan kahit matuwid siya sa salita at gawa. Lumabas ang katangiang ito ni Jose ng pumunta sa Ehipto ang mga kapatid niyang nagbenta sa kanya bilang alipin para kumuha ng pagkain.

Hindi nila agad nakilala si Jose dahil mahigit sa 20 taon nilang hindi nakita ito. Bukod dito, hindi nila naisip na magiging punong ministro siya ng Ehipto. Ngayon, ano kaya ang naramdaman ni Jose nang makita niya ang mga kapatid niyang kamuntik na siyang patayin at pagkatapos ay ipinagbili bilang alipin sa Ehipto? Mayroon na siyang kapangyarihan para pagbayarin ang mga ito sa kasalanang ginawa nila sa kanya. Pero ayaw maghiganti si Jose. Hindi siya nagpakilala, at sinubok niya ang mga ito ng ilang beses para makita kung pareho pa rin ng dati ang ugali nila.

Sa katunayan, binigyan sila ni Jose ng pagkakataong pagsisihan ang kasalanan nila sa harapan ng Diyos. Hindi maliit na kasalanan ang planong pagpatay ng kapatid at pagbenta dito bilang isang alipin sa dayuhang bansa. Hindi niya basta na lang pinatawad o pinarusahan ang mga ito, gumawa siya ng mga paraan para makapagsisi sila mula sa mga kasalanan nila ng kusang-loob. Sa bandang huli, nagpakilala si Jose pagkatapos matanto ng mga kapatid niya ang kasalanan nila at magsisi.

Nang sandaling iyon, natakot ang mga kapatid niya. Nasa mga kamay na ni Jose ang buhay nila na ngayon ay punong ministro na ng Ehipto, ang pinakamakapangyarihang bansa noong panahong iyon. Pero hindi hinangad ni Jose na tanungin ang mga ito kung bakit ginawa nila ang ginawa nila sa kanya. Hindi niya pinagbantaan ang mga ito, "Pagbabayaran ninyo ngayon ang kasalanan ninyo." Sa halip, nagsikap siyang mapanatag at maging mapayapa ang kalooban ng mga ito. "Ngayon huwag kayong magdalamhati o magalit sa inyong mga sarili sapagkat ako'y ipinagbili ninyo rito; sapagkat sinugo ako ng Diyos na una sa inyo upang magligtas ng buhay" (Genesis 45:5).

Tinanggap niya ang katotohanan na ang lahat ng bagay ay ayon sa plano ng Diyos. Hindi lang pinatawad ng taos-puso ni Jose ang mga kapatid niya, pinapayapa pa niya ang mga puso nila sa pamamagitan ng magiliw na mga salita. Lubos ang pag-unawa niya sa mga ito. Ipinapakita nito na ang ginagawa ni Jose ay pumupukaw kahit sa mga kaaway, ito ay pagsasagawa ng banal na kabutihang-loob. Ang magandang-loob ni Jose na may banal na kabutihang-loob ang simula ng kapangyarihan para maligtas ang maraming buhay sa loob at labas ng Ehipto at ito rin ang basehan para tuparin ang kamangha-manghang plano ng Diyos. Naipaliwanag na, ang banal na kabutihang-loob ay pagpapakita ng magandang-loob na nasa puso. Maaantig nito ang puso ng maraming tao at makakapagpakita ito ng dakilang kapangyarihan.

Kailangang Magpakabanal para Magkaroon ng Banal na Kabutihang-loob

Kung dapat magpakabanal para magkaroon ng magandang-loob, pwede ring magkaroon ng banal na kabutihang-loob kung iwawaksi ang lahat ng kasamaan at magpapakabanal. Siyempre, nangyayari din na kahit hindi pa banal ang isang tao pwede rin siyang magpakita ng banal na kabutihang-loob dahil edukado siya o likas sa kanya ang mabuting kalooban. Pero makikita ang tunay na banal na kabutihang-loob mula sa pusong hindi masama at sumusunod sa katotohanan. Kung gusto nating maging ganap ang banal na kabutihang-loob, hindi sapat ang pagtanggal ng malalalim na ugat ng kasamaan sa puso. Dapat din nating iwaksi ang bahid o mantsa na naiiwan nito (1 Mga Taga-Tesalonica 5:22).

Sinasabi sa Mateo 5:48, "Kaya't kayo nga'y maging sakdal, gaya ng inyong Ama sa langit na sakdal." Kapag naiwaksi na natin ang lahat ng kasamaan mula sa puso natin, at hindi magkakasala sa ating mga sasabihin, gagawin, at iaasal, pwede na nating hubugin ang magandang-loob. Mapapahinga ang ibang tao sa atin. Huwag kayong masiyahan kapag nakaabot na kayo sa antas kung saan naiwaksi na ninyo ang mga kasamaan tulad ng galit, inggit, selos, kayabangan, at init ng ulo. Dapat din nating alisin ang maliliit na pagkakamali ng laman, at magpakita ng katotohanan sa pamamagitan ng Salita ng Diyos at maalab na pananalangin. Maipapakita din ang katotohanan sa pagtanggap ng gabay ng Banal na Espiritu.

Anu-ano ang mga pagkakamali ng laman? Ayon sa Mga Taga-Roma 8:13, "...sapagkat kung mamumuhay kayo ayon sa laman, kayo ay mamamatay, subalit kung sa pamamagitan ng Espiritu ay pinapatay ninyo ang mga gawa ng laman, kayo ay mabubuhay."
Hindi lang pisikal na katawan ang itinutukoy dito. Sa espirituwal na diwa, ito ang katawan ng tao pagkatapos mawala ang lahat ng katotohanan mula dito. Samakatwid, ang mga gawa ng laman ay tumutukoy sa mga gawa na nanggagaling sa kasalanan na pumupuno sa sangkatauhan na naging laman. Hindi lang ang mga lantad na kasalanan ang itinutukoy dito, kasama din dito ang lahat ng hindi perpektong gawain at kilos.
Nagkaroon ako ng kakaibang karanasan noon. Kapag humahawak ako ng isang bagay, parang nakukuryente ako,

napapakislot ang buong katawan ko. Natakot na tuloy akong humawak sa kahit na anong bagay. Dahil dito, natural lang na sa tuwing may hahawakan ako, humihingi ng tulong ang utak ko sa Panginoon. Nawawala ang ganitong pakiramdam kapag maingat ako sa paghawak ng mga bagay. Kapag bubuksan ko ang pintuan, dahan-dahan kong hahawakan ang hawakan ng pinto. Nag-iingat din ako kapag nakikipag-kamay ako sa mga miyembro ng iglesya. Tumagal ng mga ilang buwan ang hindi maipaliwanag na pangyayaring ito. Naging napakaingat at napakamahinahon ako. Hindi nagtagal, natanto ko, ginagawang perpekto ng Diyos ang mga gawain ng katawan ko sa pamamagitan ng karanasang iyon.

Parang hindi gaanong binibigyang pansin, pero napakahalaga ng asal ng isang tao. May mga taong mahilig humawak sa mga kausap nila. May mga tao din namang napakalakas ng boses, hindi alintana ang oras at lugar, hindi kumportable ang ibang tao kapag kasama sila. Hindi malaking kasalanan ang mga ugaling ito, pero ito ay pagkakamali ng laman. Ang mga taong may banal na kabutihang-loob ay may matuwid na asal sa bawat araw ng buhay nila. Maraming lumalapit at nagkukubli sa kanila.

Baguhin ang Katangian ng Puso

Susunod, dapat nating baguhin at hubugin ang katangian ng ating puso para magkaroon ng banal na kabutihang loob. Ang katangian ng puso ay tumutukoy sa lawak at laki nito. May mga taong gumagawa ng higit pa sa inaasahan mula sa kanila, at mayroon namang gumagawa ng kung ano lang ang hiniling, o mas kaunti pa doon. Ayon ito sa katangian ng pusong taglay niya. May pusong malaki at malawak ang isang taong may banal na kabutihang-loob. Hindi lang para sa sariling kapakanan ang iniisip niya, tumutulong din siya sa ibang tao.

Sinasabi sa Filipos 2:4, "Huwag tingnan ng bawat isa sa inyo ang kanyang sariling kapakanan, kundi ang kapakanan ng iba." Pwedeng magbago ang katangian ng puso ayon sa pagtanggap at pagharap natin sa iba't ibang situwasyon. Dapat patuloy tayong magsikap sa pagbabago nito. Kung naiinip tayo at sariling kapakanan lang ang interes, manalangin tayo ng detalyado para lumawak ang pag-iisip natin. Pag-iisip na kapakanan ng ibang tao ang uunahin.

Si Jose ay lumaki sa isang tahanan kung saan inalagaan at iningatan siya, parang mga halaman at mga bulaklak na nakalagay sa 'green house', hanggang ipagbili siya ng mga kapatid niya bilang alipin sa Ehipto. Hindi siya marunong mag-asikaso sa tahanan o ng gawaing bahay, at hindi niya maintindihan ang kalooban o situwasyon ng mga kapatid niyang hindi minahal ng ama nila. Gayon pa man, dahil sa iba't ibang pagsubok, nagkaroon siya ng kakayahang bantayan at pamahalaan ang bawat sulok ng kapaligiran niya. Natuto siyang isaalang-alang ang damdamin ng ibang tao.

Pinalawak ng Diyos ang puso ni Jose bilang paghahanda sa panahong magiging punong ministro siya ng Ehipto. Kung makakamit ng puso natin ang katangiang ito, at may kasamang magandang-loob na walang bahid, makakaya din nating mamahala at mag-alaga ng isang malaking organisasyon. Ito ay katangiang dapat taglayin ng isang lider.

Mga Biyaya para sa Magandang-loob

Anong klaseng mga biyaya ang ibibigay sa mga tumupad ng perpektong magandang-loob sa pamamagitan ng pagwawaksi ng lahat ng kasamaan mula sa puso at pagpapakita ng banal na kabutihang-loob? Sinabi sa Mateo 5:5, "Mapapalad ang mga mapagpakumbaba, sapagkat mamanahin nila ang lupa" at sa Mga Awit 37:11, "Ngunit mamanahin ng maaamo ang lupain, at masisiyahan ang kanilang sarili sa lubos na kasaganahan." Mamanahin nila ang lupa. Sinisimbulo ng lupa ang tirahan sa kaharian ng langit, at ang kahulugan ng 'mamanahin ang lupa' ay 'tatamasahin ang malaking kapangyarihan sa Langit sa hinaharap'.

Bakit sila tatamasa ng malaking kapangyarihan sa Langit? Tulad ng Diyos Ama, pinapalakas ng isang taong may magandang-loob ang kaluluwa ng ibang tao, hinahaplos nila ang puso ng mga tao. Habang lalo siyang nagiging maamo, mas dumarami ang mga kaluluwang napapanatag sa kanya, nadadala niya ang mga ito sa daan patungo sa kaligtasan. Kung ganito tayo, ibig sabihin, mahusay ang paglilingkod na ginagawa natin sa ibang tao. Ang kapangyarihan sa langit ay ibibigay sa mga naglilingkod. Sinasabi sa Mateo 23:11, "Ang pinakadakila sa inyo ang magiging lingkod ninyo."

Samakatwid, tatamasahin ng maaamo ang malaking kapangyarihan at mamanahin ang malawak at malaking tirahan pagdating niya sa Langit. Kahit dito sa mundo, sumusunod ang mga tao sa mga may malaking kakayahan, kayamanan, katanyagan, at kapangyarihan. Pero kapag nawala sa kanila ang mga ito, iiwanan at lalayuan na sila ng mga tao. Ang espirituwal na kapangyarihan na taglay ng taong may magandang-loob ay iba sa kapangyarihan dito sa mundo. Hindi ito nawawala o naglalaho, hindi nagbabago. Habang sumasagana ang kaluluwa niya dito sa mundo, nagiging matagumpay siya sa lahat ng bagay. At sa Langit, mamahalin siya ng lubos ng Diyos magpakailanman, at igagalang siya ng hindi mabilang na mga kaluluwa.

3. Ang Pag-ibig ay Hindi Maiinggitin

Pinagsasama-sama at iniaayos ng ilang matatalinong estudyante ang mga impormasyong isinulat nila tungkol sa mga tanong sa pagsusulit na hindi nila nasagot ng tama. Sinisiyasat nila ang dahilan kung bakit mali ang sagot nila sa tanong at kung bakit hindi nila naintindihan ang paksa bago sila nagpatuloy. Ayon sa mga estudyante, epektibo at makakatulong ng malaki ang ginagawa nila para matutuhan ang paksang mahirap unawain sa mas mabilis na panahon. Pwedeng gamitin ang paraang ito sa paghubog ng espirituwal na pag-ibig. Kung susuriin natin ang bawat sinasabi at ginagawa natin, at iwawaksi ang mga pagkukulang, matutupad natin ito sa mas mabilis na panahon. Pag-aralan natin ang susunod na katangian ng espirituwal na pag-ibig – 'Ang pag-ibig ay hindi maiinggitin.'

Nagkakaroon ng inggit kapag lumalala ang sama ng loob o hinanakit na nagiging dahilan para gumawa ng masama laban sa isang tao. Kung nasa isipan natin ang selos o inggit, magdadamdam tayo kapag pinapaboran o pinupuri ang ibang tao. Maiinggit rin tayo kung may isang taong mas matalino, mas mayaman, at mas may kakayahan kaysa sa atin, o kung sila ay mas maunlad at mas pinapaboran ng maraming tao. Kung minsan, magagalit tayo sa taong iyon, gusto nating saktan siya at kunin ang lahat ng pag-aari niya.

Sa kabilang banda, maaaring panghinaan tayo ng loob, isiping, "Minamahal siya ng ibang tao, pero ako? Balewala!" Sa madaling salita, nadidismaya tayo dahil ikinukumpara natin ang sarili sa ibang tao. Hindi natin naiisip na ang inggit ay panghihina ng loob. Pero nagagalak ang pag-ibig sa katotohanan. Ibig sabihin, kung mayroon tayong tunay na pag-ibig, magagalak tayo kapag umunlad ang ibang tao. Kung nanghihina ang kalooban natin, sinisisi ang sarili, at hindi nagagalak sa katotohanan, ito ay dahil makasarili tayo. Dahil buhay pa ang 'sarili', nasasaktan tayo kapag nakikita nating nakakahigit ang ibang tao.

Ang inggit na binabanggit sa Kabanata ng Pag-ibig ay nagmumula sa isipan, pagkatapos, nakikita o lumalabas sa mga salita ang gawa. At kapag lumala pa ito, pwedeng manakit at pumatay ng tao. Ang inggit ay pagpapakita ng masama at maruming kalooban, hindi madaling maligtas ang mga taong mayroon nito (Galacia 5:19-21). Ito ay ang lantad na gawa ng laman, mga kasalanang isinasagawa. Maraming klase ang inggit.

Selos – May Kinalaman sa Relasyon ng Lalaki at Babae

Nagseselos ang isang tao kung gusto niyang tumanggap ng mas malaking pagmamahal at pagtatangi mula sa karelasyon niya. Halimbawa, nagselos sa isa't isa ang dalawang asawa ni Jacob, si Lea at si Raquel. Pareho nilang gustong makuha ang pagmamahal ni Jacob. Magkapatid sina Lea at Raquel, sila ay mga anak ni Laban, tiyuhin ni Jacob.

Kahit hindi nasunod ang gustong mangyari ni Jacob dahil sa pandarayang ginawa ng tiyuhin niyang si Laban, pinakasalan niya si Lea. Si Raquel, na nakababatang kapatid ni Lea ang totoong minamahal ni Jacob, magmula pa noon. Naglingkod siya kay Laban sa loob ng 14 na taon para mapakasalan ito. Ipinanganak ni Lea ang apat na anak, habang si Raquel ay hindi nagkaanak.

Noong panahong iyon, isang kahihiyan ang hindi pagkakaroon ng anak, at palaging nagseselos si Raquel kay Lea. Dahil sa labis na pagseselos niya, pinahirapan din niya si Jacob, "Bigyan mo ako ng mga anak, at kapag hindi ay mamamatay ako!" (Genesis 30:1)

Parehong ibinigay ni Lea at Raquel ang mga alila nila kay Jacob para sipingan, at para makuha nila ang pagtatangi nito. Kung mayroon silang kahit kaunting tunay na pagmamahal sa puso nila, nagalak sana sila sa nakitang may itinatangi si Jacob na isa sa kanila. Si Lea, Raquel, at Jacob ay naging malungkot dahil sa selos. Bukod dito, nadamay din ang mga anak nila.

Inggit – Kapag Mas Mabuti ang Kalagayan ng Iba

Iba-iba ang aspeto ng inggit ng bawat tao, ito ay naaayon sa mga pinapahalagahan nila sa buhay. Pero kadalasan, kapag mas mayaman, mas matalino, at mas may kakayahan ang ibang tao kaysa sa atin, o kung sila ay mas minamahal at mas itinatangi, naiingit tayo. Madaling makita ang inggit ng isang tao, sa eskwelahan, sa trabaho, at sa tahanan. Ito ay nagmumula sa pakiramdam na mayroong mas nakakaangat sa atin sa lahat ng bagay. Kapag sumusulong at sumasagana sa buhay ang isang taong kapanabayan natin, magagalit tayo sa kanya, sisiraan pa natin siya. Baka isipin pa natin na dapat nating 'tapakan' ang ibang tao para tayo ang sumagana o itangi.

Halimbawa, may mga taong naglalabas ng mga kasalanan at pagkukulang ng isang empleyado sa opisina sa mga kasamahan nila sa trabaho. Nagkakaroon tuloy ng hindi makatarungang hinala at mahigpit na imbestigasyon ang mga amo sa empleyadong ito. Gusto ng mga taong naninira sa kanya na sila ang mabigyan ng promosyon sa kumpanya kaya nila ginawa ang paninirang ito. Gawain din ito ng mga estudyante. Ginugulo ng ibang estudyante ang mga matatalino at mahuhusay o kinakaya o binu-'bully' ang mga paborito ng mga guro. Sa bahay, nagsisiraan at nag-aaway ang magkakapatid para makuha ang mas malaking atensyon at pagmamahal ng mga magulang. Ginagawa ito ng iba para mas malaki ang manahin nila mula sa mga magulang.

Ganito ang nangyari kay Cain, ang kaunaunahang mamamatay-tao sa kasaysayan ng sangkatauhan. Ang handog ni Abel ang tinanggap ng Diyos. Nainsulto si Cain, kinimkim niya ang inggit sa kalooban niya. Sa bandang huli, pinatay niya ang kapatid niyang si Abel. Matagal na niyang naririnig mula sa mga magulang niyang sina Adan at Eva ang tungkol sa pagsasakripisyo ng dugo ng mga hayop, alam na alam na niya ang tungkol dito. "Sa katunayan, sa ilalim ng kautusan, halos lahat ng mga bagay ay nalilinis ng dugo, at kung walang pagdanak ng dugo ay walang kapatawaran ng mga kasalanan" (Sa Mga Hebreo 9:22).

Gayon pa man, isinakripisyo niya ang inani niya sa lupa na sinaka niya. Sa kabilang banda, isinakripisyo ni Abel ng buong puso ang unang anak ng tupa ayon sa kalooban ng Diyos. Maaaring sabihin ng iba na madali para kay Abel na gawin ito dahil siya ay pastol, pero hindi ganito ang situwasyon. Natutuhan niya ang kalooban ng Diyos mula sa mga magulang niya, at gusto niyang sundin ang kaloobang ito. Dahilo dito, tinanggap ng Diyos ang sakripisyo ni Abel. Nainggit si Cain sa kapatid niya, baka naisip din niya ang pagkakamali niya. Dahil nagkaroon na siya ng inggit sa puso, sa bandang huli, pinatay niya ang kapatid niyang si Abel. Gaano kaya kasakit para kina Adan at Eva ang pangyayaring ito?

Paninibugho sa Pagitan ng Magkakapatid sa Pananampalataya

May mga mananampalatayang naiinggit sa mga kapatid sa pananampalataya na nauna sa kanila sa organisasyon, posisyon, pananampalataya, o katapatan sa Diyos. Kadalasang nangyayari ito kapag magkapareho ang edad nila, posisyon, tagal ng panahon ng pagiging Cristiano, o kung kilalang-kilala nila ang isa't isa.

Gaya ng sinasabi ng Mateo 19:13, "Ngunit maraming mga una na mahuhuli, at mga huli na mauuna." Kung minsan, mauuna pa sa atin ang mga mas bago sa pananampalataya, mas bata, at mas mababa ang titulo o posisyon sa iglesya. Makakaramdam tayo ng matinding pagseselos sa kanila. Ang inggit na ito ay hindi lang makikita sa mga mananampalataya na nasa iisang iglesya. Mayroon din sa pagitan ng mga pastor, mga miyembro, mga iglesya, at kahit sa iba't ibang mga Cristianong organisasyon. Kapag may isang taong nagbibigay ng luwalhati sa Diyos, dapat magbunyi ang lahat. Pero sinisiraan nila ang isa't isa, sinasabing erehe o huwad na mananampalataya para sirain ang pangalan ng ibang tao o organisasyon. Anong mararamdaman ng mga magulang kung nag-aaway at nagkakagalit ang mga anak nila? Kahit bigyan sila ng mga ito ng masarap na pagkain at mabubuting bagay, hindi sila magiging masaya. Magdadala ng matinding kalungkutan sa ating Panginoon kung ang mga mananampalataya na pare-parehong anak ng Diyos ay magaawayan.

Ang Inggit ni Saul Laban kay David

Si Saul ang unang hari ng Israel. Sinayang niya ang buhay niya sa kakainggit kay David. Para kay Saul, si David ay isang napakagiting na mandirigma na nagligtas sa bansa niya. Noong pinanghihinaan ng loob ang mga kawal dahil sa pananakot ni Goliat na Filisteo, gumawa ng hindi pangkaraniwang bagay si David, pinatumba niya ang kampeon ng mga Filisteo sa pamamagitan ng tirador. Nagtagumpay ang Israel dahil dito. Magmula noon, gumawa si David ng napakaraming kapuri-puring tungkulin sa pagbabantay ng Israel mula sa paglusob ng mga Filisteo. Nagsimula sa puntong ito ang problema sa pagitan ni Saul at ni David. Nabagabag si Saul sa narinig niya mula sa mga mamamayan na sumalubong kay David mula sa matagumpay na labanan. Ito ay, "Pinatay ni Saul ang kanyang libu-libo, at ni David ang kanyang laksa-laksa" (1 Samuel 18:7).

Hindi napanatag si Saul, inisip niya, "Bakit ikinukumpara nila ako kay David? Siya'y isang pastol lang!"

Lumala ang galit niya habang iniisip niya ang sinabi ng mga mamamayan. Inisip niyang hindi dapat purihin ng labis ng mga tao si David. Magmula noon, pinaghinalaan na niya si David sa mga ginagawa nito. Marahil inisip niya na ginawa ni David ng mga bagay na ito para makuha ang pagmamahal ng mga tao. Nakatuon na ngayon kay David ang galit ni Saul. Inisip niya, "Kung nakuha na ni David ang pagmamahal ng mga mamamayan, hindi magtatagal, maghihimagsik na siya."

Habang lumalala ang mga negatibong saloobin ni Saul,

naghanap siya ng pagkakataon para patayin si David. Isang araw, isang masamang espiritu ang sumanib kay Saul habang tumutugtog ng alpa si David sa harapan niya. Nakita ni Saul ang pagkakataon para patayin si David, inihagis niya ang sibat patungo dito. Mabuti na lang, nakailag si David at nakatakas. Hindi huminto si Saul sa pagsisikap niyang mapatay si David, nagpatuloy siya, kasama ang kanyang mga kawal, sa pagtugis dito.

Sa kabila ng lahat ng ito, walang balak si David na saktan si Saul dahil hinirang ng Diyos ang haring ito, batid ito ni Haring Saul. Ngunit hindi pa rin humuhupa ang nag-iinit na inggit ni Saul. Patuloy siyang nagdusa sa nakakabagabag na mga saloobin dahil dito. Hanggang sa kamatayan niya sa isang pakikipaglaban sa mga Filisteo, hindi siya naging mapayapa dahil sa inggit niya kay David.

Mga Naiinggit kay Moises

Sa Mga Bilang 16, mababasa natin ang tungkol kina Kora, Datan, Abiram. Si Kora ay isang Levita, at si Datan at Abiram ay mula sa tribo ni Ruben. May sama ng loob sila kay Moises at sa kapatid nitong si Aaron. Nagdadamdam sila dahil si Moises ang namumuno sa kanila sa kabila ng pagiging dating prinsipe nito sa Ehipto at ngayon ay isang takas (pugante) at pastol sa Midian. Hindi lang ito ang dahilan ng inggit nila, sa totoo lang, ang dahilan ay gusto nilang sila ang maging lider. Kumausap sila ng mga tao para sumama sa grupo nila.

Nakatipon ng 250 tao sa Kora, Datan, at Abiram para umanib sa kanila, akala nila, makapangyarihan na sila. Nakipagtalo sila kina Moises at Aaron. Sinabi nila, "Sumusobra na kayo! Ang buong kapulungan ay banal, bawat isa sa kanila, at ang PANGINOON ay nasa gitna nila; bakit nga ninyo itataas ang inyong sarili sa kapulungan ng PANGINOON?" (Mga Bilang 16:3)

Kahit hindi sila nagtimpi sa pagharap sa kanya, walang sinabi si Moises laban sa kanila. Lumuhod siya sa harapan ng Diyos para manalangin, sinikap niyang sabihin sa kanila ang mga kasalanan nila, at nakiusap siya sa Diyos para hilingin ang Kanyang hatol. Noong oras na iyon, ang poot ng Diyos ay na kina Kora, Datan, at Abiram at sa buong sambahayan nila. Bumukas ang lupa at nilamon sila, kasama ang mga asawa, mga anak na lalaki, mga maliliit na anak, at nahulog silang buhay sa Sheol. May apoy na lumabas mula sa PANGINOON, at nilamon ang dalawandaan at limampung lalaki na naghandog ng insesnso.

Si Moises ay hindi nagdala ng kapahamakan sa mga tao (Mga Bilang 16:15). Ginawa niya ang lahat para magabayan ang mga ito. Pinatunayan niya na kasama nila ang Diyos sa pamamagitan ng mga tanda at himala. Ipinakita niya sa kanila ang Sampung Salot sa Ehipto; pinatawid niya sila sa Dagat na Puti, hinati niya ito para makalakad sila sa tuyong lupa; nagbigay siya ng tubig mula sa malaking bato; at pinakain sila ng manna at pugo sa disyerto. Sa kabila ng lahat ng ito, siniraang puri at nilabanan nila si Moises. Inakusahan nila itong nagmamapuri sa sarili.

Ipinakita ng Diyos sa kanila na ang inggit kay Moises ay napakalaking kasalanan. Ang paghusga at paghatol sa isang lingkod ng Diyos ay kapareho din ng paghusga at paghatol sa Diyos mismo. Kaya, mag-ingat tayo sa pagpuna o pagpintas sa mga iglesya at mga organisasyon na gumagawa sa pangalan ng Panginoon. Huwag ninyong sabihing mali sila at hindi totoo ang pananampalataya nila. Dahil lahat tayo ay magkakapatid sa Diyos, malaking kasalanan sa harapan Niya ang mainggit sa isa't isa.

Inggit sa mga Bagay na Walang Kabuluhan

Makukuha ba natin ang gusto natin kung maiinggit tayo? Hindi! Pwedeng maghirap ang ibang tao dahil sa atin, at parang napag-iiwanan natin sila. Pero sa totoo lang, hindi natin pwedeng makuha ang lahat ng bagay na magustuhan natin. Sinasabi sa Santiago 4:2, "Kayo'y naghahangad, at kayo'y wala; kayo'y pumapatay at kayo'y nag-iimbot, at kayo'y hindi nagkakamit. Kayo'y nag-aaway at nagdidigmaan. Kayo'y wala, sapagkat hindi kayo humihingi,"

Sa halip na mainggit, pag-aralan ninyo ang nakasulat sa Job 4:8, "Ayon sa aking nakita, ang mga nag-aararo ng kasamaan at naghahasik ng kaguluhan ay gayundin ang inaani." Babalik sa inyo ang kasamaang ginawa ninyo, parang boomerang.

Pwedeng mapahamak ang pamilya ninyo at trabaho dahil sa masasamang bagay na ginawa ninyo. Sinasabi ng Mga Kawikaan 14:30, "Ang tiwasay na puso ay nagbibigay-buhay sa laman, ngunit ang pagnanasa, sa mga buto ay kabulukan." Walang kabuluhan ang inggit, sasaktan lang ninyo ang sarili ninyo. Kung gusto ninyong maunang sumagana kaysa sa iba, humiling kayo sa Diyos na Siyang namamahala ng lahat ng bagay sa halip na sayangin ang inyong lakas at isip sa kakainggit.

Siyempre, hindi ninyo makukuha ang lahat ng kahilingan ninyo. Sa Santiago 4:3, sinasabi, "Kayo'y humihingi, at hindi tumatanggap, sapagkat humihingi kayo sa masamang dahilan, upang gugulin ninyo ito sa inyong mga kalayawan." Kung humiling kayo para sa kalayawan, wala kayong tatanggapin dahil hindi ito kalooban ng Diyos. Kadalasan, humihiling ang tao dahil sa pagnanasa. Gusto nilang maging tanyag, mayaman, at makapangyarihan para sa sarili nilang katiwasayan at kayabangan. Marami na akong nakitang tulad nito sa pagmiministeryo ko, nakakalungkot. Ang tunay at totoong biyaya ay hindi ang mga ito kundi ang kasaganahan ng inyong kaluluwa.

Anong halaga ng mga bagay na tinatamasa ninyo kung hindi kayo ligtas? Tandaan natin na mawawalang parang hamog ang lahat ng bagay dito sa mundo. Sinasabi ng 1 Juan 2:17, "Ang sanlibutan at ang pagnanasa nito ay lumilipas, ngunit ang gumagawa ng kalooban ng Diyos ay nananatili magpakailanman." At sa Eclesiastes 12:8, "Walang kabuluhan ng walang kabuluhan, sabi ng Mangangaral; lahat ay walang kabuluhan."

Umaasa ako na hindi kayo maiinggit sa inyong mga kapatid at hindi ang mga bagay dito sa mundo na walang halaga ang inyong kakapitan. Magkaroon nawa kayo ng kaloobang tama sa paningin ng Diyos. Saka sasagutin ng Diyos ang mga minimithi ng puso ninyo at ibibigay sa inyo ang walang hanggang kaharian ng Langit.

Selos at Paghahangad na Espirituwal

Naniniwala ang mga tao sa Diyos, pero dahil maliit pa ang pananampalataya at pag-ibig nila, naiinggit pa rin sila. Kung wala kayong pagmamahal sa Diyos at walang pananampalataya sa kaharian ng langit, maiinggit kayo sa katanyagan, kayamanan, at kapangyarihan dito sa mundo. Kung mayroon kayong ganap na kasiguruhan sa mga karapatan ninyo bilang mga anak ng Diyos at bilang mga mamamayan ng Langit, mas papahalagahan ninyo ang mga kapatid sa Panginoon kaysa sa makamundong pamilya. Ito'y sapagkat naniniwala kayo na makakasama ninyo sa Langit ang mga kapatid sa pananampalataya magpakailanman.

Mahalaga ang mga hindi mananampalataya na hindi pa tumatangap kay Jesu-Cristo. Sila ang mga dapat nating gabayan patungo sa kaharian ng langit. Ayon sa pananampalatayang ito, habang hinuhubog natin sa ating puso ang tunay na pagmamahal, mamahalin natin ang kapwa natin gaya ng pagmamahal natin sa ating mga sarili. At kung mayaman ang ibang tao, magiging masaya tayo para sa kanila, parang mayaman na din tayo. Hindi maghahanap ng mga walang kabuluhang bagay dito sa mundo ang mga may tunay na pananampalataya, magsisikap silang maging masipag sa gawain ng Panginoon para sapilitang masakop ang kaharian ng langit. Ibig sabihin, ang hinahangad nila ay espirituwal.

Mula sa araw ni Juan na Tagapagbautismo hanggang ngayon, ang kaharian ng langit ay sapilitang pinapasok at sinasakop ng mga taong mararahas (Mateo 11:12).

Malaki ang pagkakaiba ng paghahangad na espirituwal sa inggit. Mahalagang magkaroon ng hangaring maging masigasig at tapat sa gawain ng Diyos. Pero kung ang matinding paghahangad na iyan ay sumobra at lumayo sa katotohanan at maging dahilan para matisod ang ibang tao, hindi ito katanggap-tanggap. Habang maalab tayong naglilingkod sa Panginoon, huwag nating kalimutan ang mga pangangailangan ng mga tao sa paligid natin, alamin natin kung ano ang makakabuti sa kanila, at maging mapagpayapa sa bawat isa.

4. Ang Pag-ibig ay Hindi Mapagmalaki

May mga taong ipinagmamalaki palagi ang sarili nila. Balewala sa kanila ang nararamdaman ng ibang tao sa ginagawa nila. Gusto nilang ipagyabang ang mga bagay na mayroon sila dahil gusto nilang maging sikat. Noong bata pa si Jose, ipinagmalaki niya ang panaginip niya. Naging dahilan ito para magalit sa kanya ang mga kapatid niya. Dahil espesyal ang pagmamahal ng ama nila para sa kaniya, hindi niya naunawaan ang damdamin ng mga kapatid niya. Hindi nagtagal, ipinagbili siya ng mga ito bilang alipin sa Ehipto. Dumanas siya ng maraming pagsubok dito kaya nahubog ang espirituwal na pag-ibig niya. Bago magkaroon ng espirituwal na pag-ibig ang isang tao, malamang marami silang kaaway dahil ipinagyayabang at iniaangat nila ang sarili nila. Kaya sinasabi ng Diyos, "Ang pag-ibig ay hindi mapagmalaki o hambog."

Sa madaling salita, ang pagmamalaki o pagyayabang ay pagpapalabas at pagpapasikat ng sarili. Gusto ng mga taong purihin at pahalagahan sila, lalo na kung mayroon silang mga bagay na wala sa ibang tao o kung nakakagawa sila ng mga bagay na hindi nagagawa ng ibang tao. Ano ang epekto ng pagyayabang?

Halimbawa, may mga magulang na marangya, ipinagmamalaki nila ang mga anak nilang matalino sa eskwelahan. May mga taong natutuwa para sa kanila, pero nasasaktan ang damdamin at sumasama ang loob ng karamihan. Baka pagalitan at sigawan pa nila ang mga anak nila nang walang dahilan. Huwag kayong magyabang kahit gaano kagaling sa eskwelahan ang anak ninyo, isipin ninyo ang magiging damdamin ng ibang tao. Hangarin ninyong mag-aral din sanang mabuti ang anak nila, at kung mangyayari ito, makisaya kayo sa kanila, purihin ninyo ang anak nila.

Nahihirapan ang mga mayayabang at mapagmalaki na

tanggapin at purihin ang mga magandang bagay na ginagawa ng ibang tao. Minamaliit nila ang mga ito dahil natatakot silang malamangan ng mga ito kung sila ang pupurihin. Isang halimbawa lang ito na nagpapakita kung bakit nagiging dahilan ng kaguluhan ang pagmamalaki o kahambugan. Malayo ito sa tunay na pagmamahal. Baka iniisip ninyo, kung magyayabang kayo, hahangaan kayo ng ibang tao, iyon pala, nagiging mas mahirap lang na mabigyan kayo ng totoong respeto at pagmamahal. Sa halip na kainggitan kayo ng mga tao sa paligid ninyo, magagalit at magseselos sila sa inyo. "Subalit ngayon ay nagmamalaki kayo sa inyong kayabangan. Ang lahat ng gayong pagmamalaki ay masama" (Santiago 4:16).

Ang Pagmamalaki ay Nagmumula sa Pagmamahal sa Mundo

Bakit ipinagmamalaki ng mga tao ang sarili nila? Ang dahilan nito ay sapagkat sa kaibuturan ng puso nila, mayroong pagmamataas sa buhay. Ang pagmamataas sa buhay ay tumutukoy sa 'likas na kayabangan ayon sa kagustuhan ng mundong ito.' Nagmumula ito sa pagmamahal sa mundo. Kadalasan, ipinagmamalaki ng mga tao ang mga bagay na mahalaga sa paningin nila. Ipagmamalaki ng mga may pera ang pera nila, at ipagmamalaki ng mga maganda o gwapo ang mukha nila. Ibig sabihin, mas inuuna nila ang pera, panlabas na anyo, katanyagan, o kapangyarihan sa lipunan kaysa sa Diyos.

May isang miyembro sa iglesya na may maunlad na negosyo ng pagbebenta ng mga computer sa mga kalipunan ng mga negosyo sa Korea. Gusto pa niyang palaguin ang negosyo niya. Nangutang siya kung saan-saan, ginamit niya ito bilang puhunan para sa prangkisa ng internet cafe at pagbobrodkast. Nagtatag siya ng isang kumpanya na may panimulang kapital na dalawang bilyong won. Ito ay humigit-kumulang dalawang milyong dolyar.

Pero mabagal ang pagbalik ng ipunuhunan, at lumaki ang pagkalugi, kaya bumagsak ang kumpanya. Isinubasta ang bahay niya, at siningil siya ng mga pinagkakautangan niya. Nanirahan na lang siya sa maliliit na bahay, kung hindi sa silong, sa may bubong. Nagbalik-tanaw siya sa buhay niya. Natanto niya ang pagmamalaki, ipinagyabang niya ang nakamit niyang tagumpay. Masiba din siya sa pera. Natanto rin niyang pinahirapan niya ang mga tao sa paligid niya dahil lampas sa kakayahan niya ang pagpapalago niya ng negosyo.

Nang magsisi siya ng buong puso sa harapan ng Diyos at iwaksi ang kasakiman, naging masaya siya kahit taga-linis na lang siya ng mga imburnal at imbakan ng dumi. Nakita ng Diyos ang kalagayan niya, pinakitaan Niya ito ng paraan para makapagsimula ng bagong negosyo. Sa kasalukuyan, umuunlad ang negosyo niya dahil palagi na siyang lumalakad sa tamang daan.

Sinasabi ng 1 Juan 2:15-16, "Huwag ninyong ibigin ang sanlibutan, ni ang mga bagay na nasa sanlibutan. Ang pag-ibig ng Ama ay wala sa sinumang umiibig sa sanlibutan. Sapagkat ang lahat ng nasa sanlibutan, ang masamang pagnanasa ng laman, ang pagnanasa ng mga mata, at ang pagmamataas sa buhay, ay hindi mula sa Ama kundi sa sanlibutan."

Ang panlabintatlong hari ng ng katimugang Judah na si Hezekias ay matuwid sa mata ng Diyos, pinadalisay din niya ang Templo. Napagtagumpayan niya ang pagsakop sa Asiria sa pamamagitan ng pananalangin; at nang magkasakit siya, nanangis siya sa pananalangin kaya nadugtungan ng 15 taon ang buhay niya. Pero may natitira pa sa kanyang pagmamataas sa buhay. Pagkatapos niyang gumaling mula sa kanyang karamdaman, nagpadala ng mga sugo ang Babilonia.

Napakasaya ng pagtanggap ni Hezekias sa kanila, ipinakita niya sa mga ito ang taguan niya ng kayamanan. Ang pilak, ginto, ang mga pabango, ang mahalagang langis, ang lahat ng kanyang sandata, at lahat ng naroon sa imbakan niya. Dahil sa pagmamalaki niya, nilusob ng Babilonia ang katimugang Judah, kinuha lahat ng kayamanan niya (Isaias 39:1-6). Nagmumula sa pagmamahal sa mundo ang pagmamataas sa buhay, nangangahulugan itong walang pagmamahal sa Diyos ang taong nagmamalaki. Samakatwid, para magkaroon ng tunay na pagmamahal, dapat iwaksi ng isang tao mula sa puso niya ang pagmamataas sa buhay.

Nagmamalaki sa Panginoon

May isang klase ng pagmamalaki na mabuti. Ito ay pagmamalaki sa Panginoon na binabanggit sa 2 Taga-Corinto 10:17, "Ngunit siyang nagmamalaki ay magmalaki sa Panginoon." Nakakapagbigay ng luwalhati sa Diyos ang pagmamalaki sa Panginoon. Kaya mas marami, mas mabuti. Isang halimbawa ng ganitong klaseng pagmamalaki ay 'pagpapatotoo.'

Sinabi ni Pablo sa Galacia 6:14, "Subalit huwag namang mangyari sa akin ang magmalaki, maliban sa krus ng ating Panginoong Jesu-Cristo, na sa pamamagitan nito ang sanlibutan ay ipinako sa krus para sa akin, at ako'y sa sanlibutan."

Gaya ng sinabi niya, ipagmalaki natin si Jesus na Siyang nagligtas at nagbigay sa atin ng kaharian ng langit. Nakatakda tayo sa walang hanggang kamatayan dahil sa mga kasalanan natin, salamat kay Jesus na nagbayad nito sa krus, nagkaroon tayo ng buhay na walang hanggan. Dapat magpasalamat tayo!

Dahil dito, ipinagmalaki ni apostol Pablo ang kahinaan niya. Sinasabi sa 2 Mga Taga-Corinto 12:9, "Subalit sinabi Niya [ang Panginoon] sa akin, 'Ang Aking biyaya ay sapat na sa iyo, sapagkat ang Aking kapangyarihan ay nagiging sakdal sa kahinaan.' Ako'y lalong magmamalaki na may galak sa aking kahinaan, upang ang kapangyarihan ni Cristo ay manatili sa akin."

Sa katunayan, nagpakita si Pablo ng napakaraming mga tanda at himala, dinala ng mga tao ang mga panyo at balabal na nahawakan niya sa mga maysakit at gumaling sila. Nagbiyahe siya ng tatlong beses para magmisyon at nakapagdala siya ng maraming tao sa Panginoon. Nakapagsimula din siya ng mga iglesya sa maraming lunsod. Pero sinasabi niya, hindi siya ang kumilos para mangyari ang mga bagay na ito. Ipinagmalaki niya na ang pagpapala ng Diyos at kapangyarihan ng Panginoon ang tumulong sa kanya para magawa ang mga bagay na ginawa niya.

Maraming taong nagpapatotoo ngayon na nakilala at naranasan nila ang buhay na Diyos sa araw-araw na buhay nila. Inihahatid nila ang pag-ibig ng Panginoon, sinasabing gumaling sila mula sa karamdaman nila, tumanggap ng mga biyayang pinansyal, at nagkaroon ng mapayapang pamilya noong maalab nilang hinanap ang Diyos at ipinakita ang pagmamahal nila sa Kanya.

Gaya ng mababasa sa Kawikaan 8:17, "Iniibig Ko silang sa Akin ay umiibig, at Ako'y natatagpuan ng humahanap sa Aking masigasig," nagpapasalamat sila dahil naranasan nila ang dakilang pag-ibig ng Diyos at nagkaroon ng malaking pananampalataya, ibig sabihin, tumanggap sila ng espirituwal na mga biyaya. Ang mga pagmamalaki sa Panginoon ay nagbibigay ng luwalhati sa Diyos, at nagtatanim ng pananampalataya at buhay sa puso ng mga tao. Sa ginagawa nilang ito, nakakapag-imbak sila ng mga gantimpala sa Langit, at matutupad ng mas mabilis ang mga hangarin ng puso nila.

Pero may dapat tayong pagingatang isang bagay dito. May mga taong nagsasabi na niluluwalhati nila ang Diyos, pero sa totoo, ang sarili nila at ang mga pag-aari nila ang ipinamamalita nila sa ibang tao. Ipinapahiwatig nilang tumanggap sila ng mga biyaya dahil sa pagsisikap nila. Parang Diyos ang niluluwalhati nila, pero lahat ng papuri ay ibinibigay nila sa sarili nila. Aakusahan ni Satanas ang mga taong ito. Pagkatapos, malalantad ang pagmamalaki nila, maaaring humarap sila sa iba't ibang pagsubok, o kung walang tatanggap o magpapahalaga sa kanila, lalayo sila sa Diyos.

Sinasabi ng Mga Taga-Roma 15:2, "Bawat isa sa atin ay magbigay-lugod sa kanyang kapwa para sa kanyang kabutihan, tungo sa ikakatibay niya." Ayon sa talata, dapat makabuti sa ating kapwa ang mga salita natin, at makatulong itong makapagtanim ng pananampalataya at buhay sa kanila. Parang pansalang ginagamit para tiyaking malinis ang tubig, dapat din nating salain ang mga salita bago natin ito sabihin, isipin muna natin kung ito ay makakapagpatibay o makakasakit sa mga makakarinig nito.

Iwaksi ang Pagmamalaki

Walang pwedeng mabuhay magpakailanman, kahit napakaraming bagay ang pwede nilang ipagmalaki. Pagkatapos ng buhay dito sa mundo, lahat ay pupunta sa Langit o sa Impiyerno. Sa Langit, kahit ang mga daan na lalakaran natin ay gawa sa ginto, at ang kayamanan doon ay hindi maiikumpara sa yaman dito sa mundo. Ibig sabihin, walang kabuluhan ang pagmamalaki dito sa mundo. At kung ang isang tao ay napakayaman, napakatanyag, napakatalino, at napakamakapangyarihan, maipagmamalaki ba niya ito kung nasa Impiyerno siya?

Sinabi ni Jesus, "Sapagkat ano ang mapapakinabang ng tao, kung makamtan niya ang buong sanlibutan ngunit mawawala naman ang kanyang buhay? O ano ang ibibigay ng tao na katumbas ng kanyang buhay? Sapagkat darating ang Anak ng Tao na kasama ang Kanyang mga anghel sa kaluwalhatian ng Kanyang Ama; at Kanyang gagantihan ang bawat tao ayon sa kanyang mga gawa" (Mateo 16:26-27).

Ang pagmamalaki ng mundo ay hindi makakapagbigay ng buhay na walang hanggan o ng kasiyahan. Sa halip, pinapalaki nito ang walang saysay na paghahangad at dinadala tayo sa pagkawasak. Kung matatanto natin ang katotohanang ito, at kung pupunuin natin ang ating puso ng pag-asa para sa Langit, tatanggap tayo ng lakas para maiwaksi ang pagmamalaki sa buhay. Pwede itong itulad sa isang batang nagkaroon ng bago at magandang laruan, itatapon na niya ang luma at walang kwenta. Dahil batid na natin ang maningning na kagandahan ng kaharian ng langit, hindi na tayo kakapit at magpupumilit na makuha ang mga bagay sa mundo.

Sa sandaling maiwaksi natin ang pagmamataas sa buhay, si Jesu-Cristo lang ang ipagmamalaki natin. Hindi na natin iisiping mayroong mga bagay sa mundo na pwedeng ipagmalaki, sa halip, ipagmamalaki natin ang kaluwalhatiang tatamasahin natin magpakailanman sa kaharian ng langit. Mapupuno tayo ng kagalakan na hindi pa natin naranasan noon. Kahit humarap pa tayo sa mga sandaling may kahirapan sa buhay natin, hindi natin madaramang napakahirap nito. Magpapasalamat tayo sa pag-ibig ng Diyos na nagbigay ng bugtong na Anak Niyang si Jesus para magligtas sa atin kaya napupuno tayo ng kagalakan sa lahat ng situwasyon. Kung hindi tayo nagmamataas sa buhay hindi tayo magyayabang kapag pinuri tayo, o panghihinaan ng loob kapag pinuna. Susuriin natin ang sarili ng may mababang-loob kapag pinuri, at magpapasalamat kapag pinagsabihan, sisikapin nating magbago.

5. Ang Pag-ibig ay Hindi Mapagpalalo

Nasa isip ng mga mapagpalalo na mas mabuti sila kaysa sa ibang tao, nagiging magaspang ang kilos nila. Kung maayos ang lahat ng bagay sa buhay nila, iisipin nilang dahil magaling sila, nagiging mayabang sila at tamad. Sinasabi ng Biblia na isa sa mga kasalanan na kinapopootan ng Diyos ay ang pagiging arogante. Ito ang pinakadahilan kung bakit itinayo ng mga tao ang Tore ng Babel, para makipagpaligsahan sa Diyos. Ito ang pangyayaring naging dahilan kung bakit niloob ng Diyos na magkaroon ng iba't ibang wika.

Mga Katangian ng mga Taong Mapagpalalo

Hinahamak ng mapagpalalo ang ibang tao, at balewala sa kanya ang mga ito. Sa paningin niya, mas mataas siya sa iba sa lahat ng bagay. Ipinapalagay niyang, siya ang pinakamagaling. Kinasusuklaman, minamaliit at inaatasan niya sa lahat ng bagay ang ibang tao. Ipinapakita niya ang pagkapalalo niya sa mga taong may mas mababang kalagayan kaysa sa kanya. Kung minsan, dahil sa labis na pagkapalalo, binabalewala niya ang mga taong nagturo at gumabay sa kanya at ang mga nakakataas ang posisyon sa kanya sa negosyo o sa lipunan. Ayaw niyang makinig sa mga payo, puna, o pangaral ng mga ito. Nagrereklamo siya, iniisip niyang, "Sinasabi lang nila iyon pero wala silang ideya tungkol sa bagay na iyon" o kaya, "Alam ko ang lahat ng bagay, magagawa ko ito ng mahusay."

Nagiging dahilan ng mga pagtatalutalo ang ganitong klaseng

tao. Sinasabi ng Mga Kawikaan 13:10, "Sa kapalaluhan, ang suwail ay lumilikha ng gulo, ngunit ang karunungan ay nasa mga tumatanggap ng payo."

Sinasabi sa atin ng 2 Kay Timoteo 2:23, "Iwasan mo ang mga usapang walang kabuluhan at hangal, yamang nalalaman mo na namumunga ang mga ito ng mga away." Isang malaking kahangalan at kamalian kung iniisip ninyong kayo lang ang tama.

Bawat tao ay may magkakaibang konsiyensya at kaalaman. Ito'y sapagkat magkakaiba ang nakita, narinig, naranasan, at natutuhan ng bawat isa. Pero karamihan sa kaalamang natutuhan ay mali, at ilan sa mga ito ay hindi natandaang mabuti. Kung matagal na nating pinaniniwalaan ang mga bagay na nalalaman natin, mabubuo ang sariling opinyon at pagmamalinis. Ipinipilit ng makasariling pagmamalinis na opinyon lang ninyo ang tama, at kapag tumagal ito, magiging ito na ang saligan ng mga iniisip ninyo. Ibinabagay ng ibang tao sa personalidad at kaalaman nila ang saligan nila.

Ang saligan ay parang kalansay ng katawan ng tao. Ito ang humuhubog ng hugis ng tao, at kapag nahubog na ito, mahirap na itong baguhin. Karamihan sa saloobin ng isang tao ay nagmumula sa makasariling pagmamalinis at saligan. Nagdadamdam ang isang taong mababa ang tingin sa sarili kapag may nagaakusa sa kanya. May isang kasabihang, kung inaayos ng isang mayamang tao ang kasuotan niya, akala ng iba nagyayabang siya at nagmamalaki. Kung may isang taong gumagamit ng malalalim na salita, iisipin ng iba na ipinagmamalaki nito ang kaalaman niya at minamaliit sila.

Natutuhan ko sa guro ko sa elementarya na ang 'Statue of

Liberty' ay nasa San Francisco. Tandang-tanda ko pa kung paano niya ipinakita ang mapa at litrato ng Estados Unidos. Noong magsimula ang dekada '90, nagpunta ako sa Estados Unidos para mamuno sa pulong ng pagkakaisa para sa muling pagpapasigla. Dito ko natutuhan na ang 'Statue of Liberty' ay nasa lunsod ng New York pala.

Iniisip ko, dapat nasa San Francisco ang statue, hindi ko maintindihan kung bakit nasa New York ito. Tinanong ko ang mga taong nasa paligid ko, at sinabi nilang totoong nasa New York ito. Natanto ko na mali pala ang isang kaalamang pinaniwalaan kong totoo. Nang sandaling iyon, naisip ko rin na baka mali ang mga bagay na pinaniniwalaan kong tama. Maraming tao ang naniniwala at ipinipilit ang mga bagay na mali.

Ipipilit ng mga taong palalo ang opinyon nila kahit mali ito, hindi nila tatanggaping mali sila. Magiging dahilan ito ng pagtatalotalo. Pero hindi makikipag-away ang mga taong mapagpakumbaba kahit mali ang opinyon ng kausap nila. Kahit tiyak nilang 100% tama sila, iisipin nilang pwede din silang magkamali, wala silang planong manalo sa pakikipag-away o pakikipag-talo sa ibang tao.

May espirituwal na pag-ibig ang isang taong mapagpakumbaba, ipinapalagay nila na mas mahusay kaysa sa kanila ang ibang tao. Kahit ang iba ay hindi gaanong mapalad, hindi gaanong nakapag-aral, o hindi gaanong makapangyarihan sa lipunan, taos-pusong mapagpakumbabang ipapalagay nating mas nakakahigit ang iba sa atin. Iisipin nating mahalaga at karapat-dapat ang bawat kaluluwa, dahil bumuhos ang dugo ni Jesus para rin sa kanila.

Mapagpalalong Makalaman at Mapagpalalong Espirituwal

Madaling makita ang mapagpalalo dahil siya ay mahilig magyabang, magmalaki, at mapagmata ng kapwa. Madali ring maiwaksi ang mga makalaman na ugali ng mapagpalalo kapag nalaman niya ang katotohanan at tanggapin ang Panginoon. Sa kabaliktaran, hindi madaling makita at maiwaksi ang mapagpalalong espirituwal. Ano ang mapagpalalong espirituwal?

Habang tumatagal ang pagdalo ninyo sa iglesya, nakakapag-ipon kayo ng kaalaman tungkol sa Salita ng Diyos. Marahil, mayroon na din kayong titulo o posisyon sa iglesya o baka nakatalaga na kayo na maging lider. Maaaring pakiramdam ninyo, sapat na ang nalalaman ninyo tungkol sa Salita ng Diyos sa puso ninyo, kaya iniisip ninyong, "Mahusay na ako, tama ako sa maraming bagay!" Maaaring pagalitan, husgahan, o hatulan ninyo ang ibang tao sa pamamagitan ng Salita ng Diyos na natutuhan ninyo dahil iniisip ninyong nalalaman na ninyo ang tama o mali ayon sa katotohanan. Sinusunod ng ibang lider ng iglesya ang sariling kapakanan nila, hindi nila sinusunod ang mga tuntunin at mga utos na dapat nilang sundin. Nilalabag nila ang utos ng iglesya, pero sa isip nila, "Pwede kong gawin ito dahil nasa posisyon ako." Ito ay halimbawa ng mapagpalalong espirituwal.

Kung ipinapahayag natin ang pag-ibig ng Diyos habang binabalewala natin ang kautusan at tuntunin Niya dahil sa mapagmataas na puso, hindi totoo ang ipinapahayag natin. Kung hinuhusgahan at hinahatulan natin ang ibang tao, wala tayong tunay na pagmamahal. Ang itinuturo sa atin ng katotohanan ay tingnan, pakinggan, at magsalita ng mabubuting bagay tungkol sa ibang tao.

Mga kapatid, huwag kayong magsalita ng masama laban sa isa't isa. Ang nagsasalita ng masama laban sa kapatid, o humahatol sa kanyang kapatid ay nagsasalita ng masama laban sa kautusan, at humahatol sa kautusan. Ngunit kung ikaw ay humahatol sa kautusan, hindi ka tagatupad ng kautusan, kundi isang hukom (Santiago 4:11).

Anong pakiramdam ninyo kapag nakikita ninyo ang kahinaan ng ibang tao?

Isinulat ni Jack Kornfield sa libro niyang, The Art of Forgiveness, Lovingkindness, and Peace ang tungkol sa ibang paraan ng pagharap sa mga ito.

"Sa tribong Bebemba ng South Africa, kung may isang taong natuklasang iresponsable at madaya, ilalagay siya sa gitna ng tribo, mag-isa at malaya. Ihihinto ng lahat ang ginagawa nila. Papalibutan ang taong akusado ng lahat ng lalaki, babae, matanda at bata. Pagkatapos, kakausapin ng bawat isa ang taong ito, aalalahanin nila ang mabubuting bagay na ginawa niya sa kanila. Ikukwento ng bawat isa ang lahat ng pangyayari at karanasan na maaalaala nila ng tama at detalyado. Lahat ng positibong ugali, mabubuting gawa, kalakasan, at kababaang-loob ay maingat na ilalahad. Ang kaugaliang ito ng tribo ay tumatagal ng ilang araw. Sa pagtatapos nito, magkakaroon ng malaki at masayang pagdiriwang, at ang taong inakusahan ay muling tatanggapin ng tribo."

Sa pamamagitan ng prosesong ito, naibalik ng taong akusado ang pagpapahalaga sa sarili at nakapagdesisyon na tumulong sa tribo. Maraming salamat sa ganitong klaseng kakaibang paglilitis, sinasabing halos walang krimen na nangyayari sa kanilang lipunan.

Kapag nakita natin ang kasalanan ng ibang tao, isipin muna natin kung huhusgahan at hahatulan natin sila o kahahabagan at kaaawaan. Sa paraang ito, masususkat natin kung mayroon tayong pagpapakumbaba at pagmamahal. Sa pamamagitan ng patuloy na pagsusuri sa ating mga sarili, huwag tayong makampante sa mga natupad natin dahil mahabang panahon na tayong nananampalataya.

Bago maging ganap na banal ang isang tao, likas sa kanila ang maging mapagpalalo. Samakatwid, dapat tanggalin ang pinagmumulan nito sa pamamagitan ng maalab na pananalangin, kung hindi, lalabas ang ugaling ito. Parang mga damo, kung hindi nabunot ang ugat, muli itong tutubo. Ibig sabihin, kung hindi lubos ang pagwaksi ng likas na kasalanan sa puso, lalabas ang pagiging palalo kahit nagsusulong na ng buhay bilang mananampalataya sa loob ng mahabang panahon. Kaya maging mapagpakumbaba tayo na parang mga bata sa harapan ng Panginoon, isipin nating mas mabuti ang ibang tao kaysa sa atin, at patuloy nating hubugin ang espirituwal na pagmamahal.

Bilib sa Sarili ang Taong Mapagpalalo

Sinimulan ni Nebukadnezar ang panahon ng Makapangyarihang Babilonia. Ang 'Hanging Gardens', na isa sa kamangha-manghang mga lugar noong unang panahon ay naitayo noong siya ang naghahari. Ipinagmalaki niya ito at ang kapangyarihan niya bilang hari. Gumawa siya ng rebulto ng sarili niya at iniutos sa mga mamamayan na sambahin ito. Sinasabi ng Daniel 4:30, "Nagsalita ang hari ng Babilonia, 'Hindi ba ito ang dakilang Babilonia na aking itinayo sa pamamagitan ng lakas ng aking kapangyarihan bilang tahanan ng hari at para sa kaluwalhatian ng aking kadakilaan?'"

Sa bandang huli, ipinakita sa kanya ng Diyos kung sino talaga ang pinuno ng buong mundo (Daniel 4:31-32). Pinalayas siya mula sa palasyo, pinakain ng damo gaya ng mga baka, at namuhay ng pitong taon sa parang tulad ng mga hayop. Ano na ngayon ang kabuluhan ng trono niya? Wala tayong makakamit kung hindi ito kalooban ng Diyos para sa atin. Bumalik ang katinuan ni Nebukadnezar pagkatapos ng pitong taon. Natanto niya ang kayabangan niya, nanumbalik siya sa Diyos. Mababasa sa Daniel 4:37, "Ngayon akong si Nebukadnezar ay nagpupuri, at nagbubunyi, at nagpaparangal sa Hari ng langit; sapagkat ang lahat Niyang gawa ay katotohanan, at ang Kanyang mga pamamaraan ay makatarungan; at kaya Niyang ibaba ang mga lumalakad na may kapalaluhan."

Hindi lang ito tungkol kay Nebukadnezar. May mga hindi mananampalatayang nagsasabi, "Bilib ako sa sarili ko." Pero nahihirapan silang lumaban sa mundo. Maraming problema sa mundo na hindi makakayang lutasin ng kakayahan ng tao. Walang pakinabang kahit ang pinakamahusay na kaalaman tungkol sa siyensya at teknolohiya sa harap ng mga kalamidad tulad ng bagyo, lindol, at iba pang kapahamakan.

At ilang klaseng karamdaman ba ang hindi nagagamot ng

makabagong gamot? Gayon pa man, marami pa rin ang umaasa sa sariling kakayahan sa halip na sa Diyos kapag nagkakaroon sila ng iba't ibang mga problema. Umaasa sila sa sarili nilang saloobin, karanasan, at kaalaman. Pero kapag hindi sila nagtagumpay at hindi nasagot ang mga problema, nagrereklamo sila sa Diyos kahit hindi sila nagtiwala sa Kanya. Ang dahilan nito ay ang mapagpalalong puso nila. Dahil sa kapalaluhang ito, hindi nila matanggap ang kahinaan nila, at hindi nila magawang magpakababa para tanggapin ang Diyos.

At mas nakakagalit pa ay ang mga mananampalataya na umaasa sa sarili at sa mundo sa halip na sa Diyos. Gusto ng Diyos na sumagana at mabuhay sa tulong Niya ang mga anak Niya. Pero kung ayaw ninyong magpakumbaba sa harapan ng Diyos dahil sa kapalaluhan ninyo, hindi Niya kayo matutulungan. Hindi Niya kayo mapoprotektahan mula sa kaaway na diyablo ni pasaganahin ang mga gawain ninyo. Tulad ng sinasabi ng Diyos sa Kawikaan 18:12, "Bago ang pagkawasak ang puso ng tao ay palalo muna, ngunit nauuna sa karangalan ang pagpapakumbaba." Ang mga bagay na nagiging dahilan ng pagkabigo at pagkawasak ninyo ay walang iba kundi ang inyong mapagpalalong puso.

Sinasabi ng Diyos na ang isang taong mapagpalalo ay mangmang. Gaano ba kalaki ang isang tao kung ikukumpara sa Diyos na ang trono ay nasa Langit at ang mga paa ay nakatapak sa lupa? Ang lahat ng tao ay nilalang sa wangis ng Diyos, magkakapantay tayo bilang mga anak Niya, mababa o mataas man ang posisyon. Kahit maraming bagay ang ipinagmamalaki natin dito sa mundo, saglit lang ang buhay natin dito. Kapag natapos na ito, bawat isa ay hahatulan ng Diyos. At tayo ay itataas sa Langit ayon sa mga ginawa nating may pagpapakumbaba dito sa mundo. Pupurihin tayo ng Diyos, sinasabi ng Santiago 4:10, "Magpakumbaba kayo sa harapan ng Panginoon, at Kanyang itataas kayo."

Kung nananatili ang tubig sa isang maliit na hukay, mabubulok ito at mapupuno ng bulati. Pero kung walang tigil ito sa pagdaloy, makakarating ito sa dagat at makakapagbigay buhay sa maraming bagay na may buhay. Tulad nito, para maging dakila sa harapan ng Diyos, magpakababa tayo.

Mga Katangian ng Espirituwal na Pag-ibig I

1. Matiisin
2. Magandang-loob
3. Hindi Maiinggitin
4. Hindi Mapagmalaki
5. Hindi Mapagpalalo

6. Hindi Magaspang ang Kilos

Ang 'magandang ugali' at 'kabutihang asal' ay tamang pagkilos sa lipunan. Tungkol ito sa tamang pagharap o pakikitungo ng isang tao sa kapwa niya. Iba't ibang klase ang kagandahang asal sa araw-araw na buhay at ayon sa kultura, tulad ng magandang asal sa pakikipag-usap, sa harap ng hapag kainan, o pagkilos sa mga pampublikong lugar tulad halibawa ng sinehan o teatro.

Ang magandang ugali at kabutihang asal ay mahalagang bahagi ng buhay natin. Maganda ang magiging pagtingin o opinyon tungkol sa atin ng ibang tao kung katanggap-tanggap ang pagkilos natin ayon sa lugar at okasyon. Sa kabaliktaran, hindi mapapalagay ang mga tao sa paligid natin kung papakitaan natin ng pangit na ugali at babalewalain ang mabuting asal. At kung sinasabi nating minamahal natin ang isang tao pero hindi tayo kumikilos ng tama sa harapan ng taong iyon, mahihirapan siyang paniwalaan na totoo nga ang pagmamahalan natin sa kanya.

Sa diksiyonaryo, ang itinutukoy na 'magaspang na ugali' ay 'ugaling hindi akma sa pamantayan na babagay sa posisyon o kalagayan sa buhay ng isang tao'. Maraming klaseng pamantayan ang lipunan sa buhay natin tulad ng mga pagbati at pakikipag-usap o pakikiharap. At nakakabigla pa, may mga taong hindi napapansing magaspang ang ikinikilos nila. Halimbawa, magaspang ang kilos natin kapag mga taong malapit sa atin ang kasama natin. Dahil kapag palagay ang loob natin sa mga tao, binabalewala natin ang paggalang o mabuting asal.

Pero kung tunay ang pagmamahal natin, hindi nagiging magaspang ang kilos natin. Ipagpalagay nating mayroon kayong napakamahal at napakagandang hiyas. Paano ninyo aalagaan ito?

Magiging maingat at maalaga kayo sa pagdala o paghawak nito para hindi ito mabasag, magalusan, o mawala. Tulad nito, gaano ninyo papahalagahan ang isang taong totoong minamahal ninyo?

Dalawang klase ang magaspang na kilos: kawalang-galang sa harapan ng Diyos at kawalang-galang sa kapwa tao.

Magaspang na Kilos sa Harapan ng Diyos

Kahit sinasabi ng mga taong nagtitiwala at nagmamahal sila sa Diyos, marami ang hindi tunay ang pagmamahal sa Kanya. Malalaman nating hindi totoo ang sinasabi nila kapag nakita natin ang mga ginagawa nila at narinig ang mga sinasabi nila. Halimbawa, inaantok habang may pagsamba. Ito ay napakagaspang na kilos sa harapan ng Diyos.

Kapag inantok kayo sa pagsamba parang inantok na rin kayo sa harapan ng Diyos. Masamang ugali ang antukin sa harapan ng presidente ng isang bansa o may-ari ng isang kumpanya, gaano pa kasama kung sa harapan ng Diyos mismo kayo antukin? Nakakapagduda kung sasabihin pa rin ninyong minamahal ninyo ang Diyos. O kaya, ipagpalagay nating kausap ninyo ang taong minamahal ninyo, at inaantok kayo sa harap ng taong ito, paano ninyo sasabihing totoo ang pagmamahal ninyo sa kanya?

Hindi mabuting asal ang makipagkwentuhan sa katabi ninyo habang mayroong pagsamba. Hindi rin tamang kung anu-ano ang nasa isip ninyo, parang nangangarap. Ipinapakita ng ganitong ugali na walang paggalang at takot sa Diyos ang mananampalatayang ito.

Naaapektuhan din ang nangangaral o tagapagsalita sa ganitong klaseng ugali. Sabihin nating may isang mananampalataya na nakikipagkwentuhan sa katabi niya, o lumilipad ang isip, o inaantok habang nagsasalita siya. Baka isipin ng tagapagsalita na walang pagpapalang nakukuha sa mensahe niya. Baka mawala sa kanya ang inspirasyon ng Banal na Espiritu, hindi na siya makakapangaral ng puspos ng Espiritu. Magiging kawalan ito sa ibang mga sumasamba.

Katulad din ito ng mga umaalis o tumatayo habang nasa kalagitnaan ang pagsamba. Siyempre, may mga nagsisilbing lingkod na kailangang lumabas para gawin ang tungkulin nila habang may pagsamba. Gayon pa man, maliban sa mga may espesyal na tungkulin, ang dapat gawin ay pagkatapos ng pagsamba. May mga nagsasabing, "Pakinggan lang natin ang mensahe, pagkatapos, umalis na tayo bago ito matapos." Hindi mabuting asal ito.

Ang pagsamba ngayon ay katumbas ng handog na susunugin noong panahon ng Lumang Tipan. Kapag nag-aalay sila ng handog na susunugin, dapat nilang putul-putulin ang hayop at sunugin ang lahat ng bahagi (Levitico 1:9).

Ang diwa nito ngayon ay maghandog tayo ng tama at buong pagsamba, mula simula hanggang katapusan, ayon sa itinakdang seremonya at kaganapan. Dapat nating sundin ang pagkakasunud-sunod ng mga gawain sa pagsamba ng buong puso, magmula sa tahimik na pananalangin hanggang sa pagbasbas o sa Panalangin ng Panginoon. Kapag kumakanta tayo o nananalangin, o kahit sa paghahandog o pagaanunsyo ng mga gawain, dapat nating itong ibigay ng taos puso. Buong puso din nating ihandog ang mga opisyal na gawain ng iglesya, mga pulong-panalangin, pag-awit at pagsamba, o pagsamba ng maliliit na grupo.

Una sa lahat, dumating tayo sa takdang oras ng pagsamba, para sumamba ng buong puso. Hindi tamang mahuli sa pinag-usapan ninyong oras ng katipan ninyo, at hindi ba mas nakakahiya kung mahuhuli kayo sa itinakdang oras para sa Diyos? Palaging naghihintay ang Diyos sa sambahan para tanggapin ang inyong pagsamba.

Samakatwid, dapat dumating ng mas maaga. Paghandaan ninyo ang pagsamba, manalangin at magsisi. Huwag gumamit ng telepono, huwag pabayaang maglaro at magtatakbo ang mga bata habang may pagsamba. Huwag ding kumain o ngumuya ng bubble gum, kasama ito sa listahan ng magaspang na kilos.

Mahalaga ding mag-ayos at maghanda sa pagsamba. Hindi tamang magsuot ng pambahay o pangtrabaho sa pagsamba. Ang kasuotan ay pagpapakita din ng paggalang at respeto sa isang tao. Batid ng mga anak ng Diyos na may tunay na pananampalataya sa Kanya kung gaano Siya kahalaga. Kaya, kapag sasamba sila, isusuot nila ang pinakamalinis na damit nila.

Siyempre, may mga panahon ding pinapayagang magsuot ng damit na pangtrabaho. Tuwing pagsamba sa araw ng Miyerkules o sa magdamag na pagsamba tuwing Biyernes, maraming dumadalo na nanggagaling pa sa kanilang mga trabaho. Dahil nagmamadali sila para makarating sa tamang oras, pwedeng hindi na sila magpalit ng damit. Sa ganitong situwasyon, hindi sasabihin ng Diyos na hindi maganda ang ginawa nila, sa halip, malulugod Siya sa kanila at tatanggapin ang mabangong samyo ng puso nila dahil dumating sila sa pagsamba kahit pagod at abala sa trabaho.

Gusto ng Diyos na makasama tayo sa pamamagitan ng mga pagsamba at panalangin. Ito ay mga tungkulin na dapat gawin ng mga anak Niya. Lalong-lalo na ang pananalangin dahil ito ay pakikipag-usap sa Kanya. Kung minsan, habang nananalangin ang isang tao, may kakalabit sa kanya para pahintuin siya sa pananalangin dahil may hindi inaasahang pangyayari na dapat niyang harapin.

Katulad ito ng pang-aabala sa isang tao kapag nakikipag-usap siya sa matatanda. Kapag may tumawag ng pangalan ninyo habang nananalangin kayo, at huminto kayo sa pananalangin, ito ay magaspang na kilos. Kapag nangyari ito, tapusin muna ninyo ang pananalangin, kapag tapos na, pwede na kayong sumagot sa tumawag sa inyo.

Kung ihahandog natin ang pagsamba at panalangin sa espiritu at katotohanan, bibigyan tayo ng Diyos ng mga biyaya at gantimpala. Mas mabilis ang pagsagot Niya sa mga panalangin natin dahil malugod Niyang tinatanggap ang mabangong samyo ng puso natin. Kung iipunin natin ang magaspang na mga kilos sa loob ng isang taon, dalawang taon, o mas matagal pa, magkakaroon ng pader ng kasalanan laban sa Diyos. Kahit sa mga mag-asawa, o mga magulang at mga anak, kung magpapatuloy ang relasyong walang pag-iibigan, magkakaroon ng maraming problema. Ganito rin sa Diyos. Kung nagtatayo tayo ng pader sa pagitan natin at ng Diyos, hindi Niya tayo mapoprotektahan mula sa mga aksidente at mga karamdaman. Baka magkaroon din tayo ng iba't ibang problema. Maaaring hindi rin natin tanggapin ang mga ipinapanalangin natin, kahit matagal na natin itong hinihiling. Pero kung tama ang saloobin natin sa pagsamba at pananalangin, malulutas natin ang maraming klaseng problema.

Ang Santuwaryo ay Banal na Tahanan ng Diyos

Ang iglesya ay lugar kung saan nananahan ang Diyos. Sinasabi sa Mga Awit 11:4, "Ang PANGINOON ay nasa Kanyang banal na templo, ang trono ng PANGINOON ay nasa langit."

Noong panahon ng Lumang Tipan, hindi nakapasok sa banal na templo ang kahit na sino. Mga pari lang ang pwedeng pumasok. Isang beses sa isang taon pumapasok ang punong pari sa Dakong Kabanalbanalan sa loob ng banal na templo. Pero ngayon, dahil sa pagpapala ng Diyos, makakapasok na kahit sinuman sa santuwaryo para sumamba sa Kanya. Ito'y sapagkat tinubos tayo ni Jesus mula sa kasalanan sa pamamagitan ng dugo Niya. Sinasabi sa Mga Hebreo 10:19, "Kaya, mga kapatid, yamang mayroon tayong pagtitiwala na pumasok sa santuwaryo sa pamamagitan ng dugo ni Jesus."

Hindi lang lugar ng pagsamba ang santuwaryo. Binubuo ito ng simbahan, ng halamanan sa paligid nito, at ng lahat ng pasilidad na sakop ng hangganan nito. Kaya kapag nasa santuwaryo tayo, maging maingat tayo sa kahit na maliliit na kilos at salita. Huwag tayong magalit o makipag-away, o magkwentuhan tungkol sa makamundong kasiyahan at negosyo. Maging maingat sa paghawak o pagdala ng mga banal na bagay ng Diyos sa santuwaryo, baka masira, mabasag, o masayang ang mga ito.

Hindi katanggap-tanggap na magbenta o bumili ng kahit na anong bagay sa loob ng santuwaryo. Dahil laganap na ang pagbebenta sa internet, may mga taong bumibili sa internet ng santuwaryo, dito na rin sila nagbabayaran. Pagnenegosyo ito. Tandaan nating ibinaliktad ni Jesus ang mga mesa ng mga mamamalit ng pera, at pinalayas ang mga nagbebenta ng mga hayop na pang-sakripisyo. Hindi rin tinanggap ni Jesus ang mga hayop na pang-sakripisyo na ibinenta sa Templo. Kaya huwag tayong bumuli o magtinda ng kahit na ano sa santuwaryo para sa pansariling pangangailangan. Kasama na dito ang ginagawang bazar sa loob ng bakuran ng santuwaryo.

Lahat ng lugar sa santuwaryo ay inilaan para sa pagsamba sa Diyos at para sa pakikisama ng mga magkakapatid sa Panginoon. Kapag nananalangin tayo at nagpupulong sa santuwaryo, palagi nating isaisip ang kabanalan ng lugar na ito. Kung mahal natin ang santuwaryo, hindi tayo kikilos ng magaspang sa loob nito. Nakasulat sa Mga Awit 84:10, "Sapagkat ang isang araw sa iyong mga bulwagan ay mabuti kaysa isang libo saanman. Nanaisin ko pang maging tanod sa pintuan sa bahay ng aking Diyos, kaysa tumahan sa mga tolda ng kasamaan."

Magaspang na Kilos sa Harap ng Ibang Tao

Sinasabi ng Biblia na kung sinumang hindi nagmamahal sa kanyang kapatid ay hindi rin nagmamahal sa Diyos. Kung magaspang ang kilos natin sa harap ng ibang tao na nakikita natin, papaano tayo magkakaroon ng pinakamataas na paggalang para sa Diyos na hindi natin nakikita?

"Kung sinasabi ng sinuman, 'Iniibig ko ang Diyos,' at napopoot sa kanyang kapatid, siya ay sinungaling; sapagkat ang hindi umiibig sa kanyang kapatid na kanyang nakikita, ay hindi maaaring umibig sa Diyos na hindi niya nakikita" (1 Juan 4:20).

Isipin natin ang mga ikinikilos nating magaspang sa araw-araw na buhay na hindi nain napapansin. Kadalasan, magaspang ang kilos kung inuuna natin ang sariling pakinabang at binabalewala ang ibang tao. Halimbawa, kapag may kausap tayo sa telepono. Hindi mabuti kung gabing-gabi tayo tatawag sa kanya, o kung napakahabang oras ang nagagamit sa pag-uusap sa telepono. Walang galang din ang pagiging huli sa itinakdang oras ng tipanan, o biglaang pagdating o pagbisita sa bahay ng isang tao.

Baka iniisip ninyo, "Malapit na malapit kami sa isa't isa, hindi ba napakapormal naman kung sasabihin ko pa ang lahat ng ito sa kanya?" Maaaring mabuti talaga ang relasyon ninyo para maunawaan ang isa't isa, pero mahirap pa ring malaman ang kalooban nila ng 100%. Baka iniisip nating nagpapakita tayo ng pakikipagkaibigan sa kanila, pero iba pala ang pag-intindi nila. Samakatwid, isipin natin ang situwasyon at saloobin niya. Maging magalang tayo sa isang taong malapit at kapalagayang loob natin.

Maraming beses tayong nakakapagsalita at kumikilos ng nakakasakit sa mga taong malapit sa atin. Magaspang ang kilos natin sa mga kapamilya at mga malapit na kaibigan, kaya sa bandang huli, hindi na maayos ang relasyon, sumasama ito. May matatandang hindi maganda ang pakikitungo sa mga mas nakakabata o sa mga nasa mas mababang posisyon. Walang respeto ang pagsasalita nila, o parang nag-uutos, hindi kumportable ang ibang tao sa kanila.

Pero ngayon, napakahirap ng makakita ng mga taong taos-puso ang paglilingkod sa mga magulang, mga guro, at matatanda. Sila ang nararapat nating paglingkuran. Maaaring sabihin ng iba na iba na ngayon ang panahon, pero may isang bagay na hindi nagbabago. Sinasabi sa Levitico 19:32, "Titindig ka sa harapan ng may gulang at igagalang mo ang matanda, at katakutan mo ang iyong Diyos: Ako ang PANGINOON."

Ang kalooban ng Diyos para sa atin ay gampanan ng buong puso ang tungkulin kahit sa mga tao. Dapat sundin ng mga anak ng Diyos ang kautusan at batas ng mundong ito at huwag kumilos ng magaspang. Halimbawa, ang panggugulo sa pampublikong lugar, pagdura sa kalye, o paglabag sa batas-trapiko ay magaspang na pagkilos sa harap ng ibang tao. Mga Cristiano tayo na dapat maging asin at ilaw ng mundo, dapat tayong maging maingat sa mga sinasabi, ginagawa, at inaasal natin.

Kautusan ng Pag-ibig ang Pinaka-Pamantayan

Gingugol ng karamihan sa atin ang oras natin kasama ng ibang tao. Nakikipag-usap, nakikipagpulong, kumakain, at nagtatrabaho tayo kasama ng mga ito. Dahil sa kalakaran ito, maraming iba't ibang klaseng tuntunin ng kagandahang asal sa araw-araw na buhay natin dito sa mundo. Magkakaibang ang antas ng edukasyon, iba-iba din ang kultura sa bawat bansa at lahi. Kaya ano ang pinaka-pamantayan ng magandang asal?

Ito ang kautusan ng pag-ibig na nasa puso natin. Tinutukoy ang kautusan ng Diyos bilang kautusan ng pag-ibig dahil Siya mismo ang pag-ibig. Ibig sabihin, kung itatanim natin sa ating puso ang Salita ng Diyos, at isasabuhay ito, matutularan natin ang Panginoon, hindi tayo kikilos ng magaspang. Ang isa pang kahulugan ng kautusan ng pag-ibig ay 'konsiderasyon'.

Isang madilim na gabi, may lalaking naglalakad na may hawak na lampara. May isa pang lalaking naglalakad papalapit sa kanya. Napansin ng huli na bulag ang lalaking may hawak ng lampara. Tinanong niya ito kung bakit may dalang lampara gayong hindi naman ito nakakakita. Sumagot ito, "Para hindi mo ako bungguin. Ang lamparang ito ay para sa iyo." Mapapansin natin na may ipinapakitang 'konsiderasyon' sa kwentong ito.

Kahit hindi gaanong ipinapalagay na mahalaga, may malaking kapangyarihan ang konsiderasyon na humaplos sa puso ng mga tao. Ang kagaspangan ng kilos ay nagmumula sa kawalan ng konsiderasyon sa kapwa, ibig sabihin walang pagmamahal. Kung totoong mahal natin ang ibang tao, palagi natin silang bibigyan ng konsiderasyon, hindi tayo kikilos ng magaspang sa harap nila.

Sa larangan ng agrikultura, kung labis ang pagtanggal ng mga hindi magagandang bunga mula sa puno, hindi rin magiging masarap ang mga bungang matitira dahil kukunin nito ang lahat ng sustansya at kakapal din ang mga balat nito. Kung wala tayong konsiderasyon sa ibang tao, pansamantala lang ang kasiyahan natin sa mga bagay na nakukuha natin. Pero kung sosobra ito, magiging nakakaumay tayo at makakapal ang pagmumukha, parang mga prutas na sumobra ang nakuhang sustansya.

Kaya, tulad ng sinasabi ng Colosas 3:23, "Anuman ang inyong ginagawa, ay inyong gawin ng buong puso, na gaya ng sa Panginoon, at hindi sa tao." Dapat tayong maglingkod sa tao ng may pinakamataas na respeto tulad ng paglilingkod natin sa Diyos.

7. Hindi Ipinipilit ang Sariling Kagustuhan

Sa panahon ngayon, laganap ang pagiging makasarili. Inuuna ng mga tao kung ano ang makakabuti para sa kanila at hindi ang para sa lahat. May mga bansang naglalagay ng mapinsalang kemikal sa gatas na iniinom ng mga sanggol. Sa iba naman, ninanakaw ng mga tao ang teknolohiya na napakahalaga sa bansa nila.

Dahil sa problemang 'hindi sa bakuran ko', napakahirap para sa gubyernong makapagtayo ng mga pasilidad na pampubliko, mga pag-iimbakan ng basura, o mga pampublikong libingan. Walang pakialam sa kapwa ang mga tao, sarili lang nila ang iniisip nila. Marami pang makikita sa araw-araw na buhay na iba't ibang maliliit na klaseng pagdaramot.

Halimbawa, mayroong magkakatrabaho o magkakaibigan na nagkayayaang kumain sa restawran. Pipili sila kung ano ang kakainin, pero ipipilit ng isa sa kanila ang gusto niya. Pumayag ang isa pang kasama sa kagustuhan ng namimilit, pero hindi siya kumportable sa desisyon niya. May isa sa kanila na nagtanong muna kung ano ang gusto ng mga kasamahan niya. At kahit hindi niya gaanong gusto ang pinili ng iba, kumain siya ng may kagalakan. Sino kayo sa mga nabanggit?

May isang grupong nagpupulong para sa pinaghahandaang okasyon. Iba't iba ang opinyon ng bawat isa sa kanila. Kinumbinsi ng isa sa kanila ang mga kasamahan para sumang-ayon sa kagustuhan niya. Hindi gaanong ipinilit ng isa ang opinyon niya, tinanggap niya ang opinyon ng ibang tao pero nagdalawang-isip siya.

Pinakinggan ng isa sa kanila ang opinyon ng lahat, at kahit iba ang ideya niya, sinunod niya ang kagustuhan ng mga kasamahan niya. Ang pagkakaibang ito ay nagmumula sa lawak ng pag-ibig na nasa puso ng bawat tao.

Kung mayroong hindi pagkakasundo ng mga opinyon na nauuwi sa pag-aaway, ito'y dahil inuuna ng tao ang sarili niya. Opinyon lang niya ang ipinipilit niya. Kung ipipilit ng mag-asawa ang sariling opinyon, palagi silang mag-aaway. Hindi sila magkakaintindihan. Tatahimik ang pagsasama nila kung magbibigayan at uunawain nila ang isa't isa. Pero nawawala ang kapayapaan sa pagsasama nila dahil palagi nilang ipinipilit ang sariling kagustuhan.

Kung mahal natin ang isang tao, aalagaan natin siya nang higit sa ating sarili. Isipin natin ang pagmamahal ng mga magulang. Inuuna ng karamihan sa kanila ang mga anak sa halip na sarili nila. Mas gusto ng mga nanay na marinig ang, "Napakaganda ng anak mo," sa halip na, "Napakaganda mo."

Sa halip na sila ang kumain ng masasarap na pagkain, mas masaya sila kung maganang kumain ang mga anak nila. Sa halip na sila ang magsuot ng magagandang damit, mas masaya silang bihisan ng magagandang damit ang mga anak nila. Gusto din nilang maging mas matalino kaysa sa kanila ang mga anak nila. Gusto nilang kilalanin at mahalin ng ibang tao ang mga anak nila. Kung ibibigay natin ang ganitong klaseng pag-ibig sa lahat ng tao, kaluluguran tayo ng Diyos Ama!

Hinangad ni Abraham ang Ikakabuti ng Iba nang may Pag-ibig

Nagmumula sa pagmamahal na may kasamang pagsasakripisyo ang paghahangad ng ikakabuti ng ibang tao bago ng sarili. Si Abraham ay mabuting halimbawa nito.

Sumunod kay Abraham ang pamangkin niyang si Lot nang siya ay papaalis sa nayong pinagmulan. Dahil kay Abraham, tumanggap din si Lot ng maraming biyaya. Marami rin siyang alagang hayop, hindi sapat ang tubig para mapakain ang mga kawan at bakahan nilang dalawa. Kung minsan, nagtatalo-talo ang mga pastol nila.

Ayaw ni Abraham na magkaroon ng alitan sa pagitan nilang dalawa. Binigyan niya ng karapatan si Lot na pumili kung aling bahagi ng lupain ang gusto nito, pupunta siya sa bahaging hindi pinili. Ang pinakamahalagang bagay sa pag-aalaga ng mga kawan ay tubig at damo, at hindi ito sapat sa lugar na tinitirahan nila. Para ibigay ang mas mabuting lupain ay katulad ng pagsuko ng mga bagay na mahalaga sa buhay.

Malaki ang konsiderasyon ni Abraham kay Lot dahil mahal na mahal niya ito. Hindi nauunawaan ni Lot ang pagmamahal na ito; pinili niya ang mas mabuting lupain, ang lambak ng Jordan, at umalis. Sumama ba ang loob ni Abraham nang piliin ni Lot ang mas magandang lupain? Hindi! Masaya siya para sa pamangkin niya.

Nakita ng Diyos ang kabutihang-loob ni Abraham, at higit pa Niyang pinagpala ito kahit saan man ito pumunta. Naging napakayaman niya, nirerespeto siya kahit ng mga hari sa lugar. Ipinapakita dito, tiyak na tatanggapin natin ang mga biyaya ng Diyos kung uunahin natin ang ikakabuti ng ibang tao bago ang sa atin.

Hindi maikukumpara sa kahit na anong bagay ang malaking kagalakan na matatamo kung magbibigay tayo ng isang bagay sa mga mahal natin sa buhay na nagmumula sa puso. Ang makakaunawa ng kagalakang ito ay ang mga nagbigay ng isang bagay na napakahalaga sa kanila. Tinatamasa ni Jesus ang kagalakang tulad nito. Matatamo natin ang malaking kasiyahang ito kapag mayroon tayong perpektong pag-ibig. Hindi ito madaling ibigay sa mga taong kinapopootan natin pero madaling ibigay sa mga taong minamahal natin. Magiging masaya tayo kung magbibigay tayo.

Para Tamasahin ang Pinakamalaking Kasiyahan

Ang pinakamalaking kasiyahan ay matatamo sa perpektong pag-ibig. At para magkaroon ng perpektong pag-ibig tulad ng kay Jesus, unahin natin ang makakabuti sa ibang tao bago ang para sa sarili. Dapat unahin natin ang kapakanan ng kapwa, ang Diyos, ang Panginoon, at ang iglesya. Kung gagawin natin ito, hindi tayo pababayaan ng Diyos, bibigyan Niya tayo ng mas mabuti. Maiipon sa Langit ang makalangit na mga gantimpala. Kaya sinabi ng Diyos sa Ang Mga Gawa 20:35, "Higit na mapalad ang magbigay kaysa tumanggap."

Liwanagin natin ang isang bagay dito. Maglingkod tayo ng tapat para sa kaharian ng Diyos hanggang kaya natin. Huwag nating pabayaan ang kalusugan natin. Tatanggapin ng Diyos ang tapat na paglilingkod kung gagawin natin ang kaya nating gawin, pero kailangan ding ipahinga ang pisikal na katawan natin. Pangalagaan din natin ang paglago ng kaluluwa natin sa pamamagitan ng pananalangin, pag-aayuno, at pag-aaral ng Salita ng Diyos, hindi lang sa paglilingkod sa iglesya.

May mga taong hindi nakakatulong sa mga miyembro ng pamilya o sa ibang tao dahil ibinibigay nila ang napakaraming oras sa mga gawaing may kinalaman sa relihiyon o mga gawain sa iglesya. Halimbawa, hindi magampanan ng buong husay ang gawain sa iglesya dahil nag-aayuno. May mga estudyanteng nagpapabaya sa pag-aaral para makibahagi sa mga gawain ng paaralang pang-Linggo.

Sa mga binanggit na halimbawa, maaaring iniisip nilang hindi nila inuna ang sarili dahil gawain sa iglesya ang inuna nila, pero hindi ito totoo. Kahit naglingkod sila sa Panginoon, hindi sila naging tapat sa buong sambahayan ng Diyos. Ibig sabihin, hindi nila tinupad ang buong tungkulin bilang mga anak ng Diyos. Hinangad lang nila ang sariling kapakanan.

Ano ang dapat nating gawin para maiwasang maghangad ng sariling pakinabang sa lahat ng bagay? Umasa tayo sa Banal na Espiritu. Dadalhin tayo sa katotohanan ng Banal na Espiritu na Siyang puso mismo ng Diyos. Magagawa nating mabuhay para sa ikaluluwalhati ng Diyos kung gagawin natin ang lahat ng bagay ayon sa paggabay ng Banal na Espiritu. Sinabi nga ni apostol Pablo, "Kaya kung kayo man ay kumakain, umiinom, o anuman ang inyong ginagawa, gawin ninyo ang lahat sa ikaluluwalhati ng Diyos" (1 Mga Taga-Corinto 10:31).

Para magawa ang mga binanggit, iwaksi natin ang kasamaan sa puso natin. Bukod dito, kung huhubugin natin ang tunay na pag-ibig sa puso natin darating dito ang karunungan ng kabutihan. Ito ang tutulong sa atin para makilala ang kalooban ng Diyos sa bawat situwasyon. Habang lumalago at nalalagay sa mabuti ang kaluluwa, magiging maayos ang lahat ng bagay para sa atin at lulusog tayo. Dahil dito magiging ganap ang katapatan natin sa Diyos. Mamahalin din tayo ng kapwa at ng mga miyembro ng pamilya natin.

Kapag lumalapit sa akin ang mga bagaong kasal para tanggapin ang pagbasbas na panalangin, palagi kong hinihiling na hangarin nawa nila ang makakabuti sa isa't isa una sa lahat. Kung uunahin nila ang sariling kapakanan, hindi magiging mapayapa ang pamilya nila.

Madali para sa atin ang maghangad ng mas mabuti sa mga taong mahal natin o sa mga taong nakakatulong sa atin. Pero paano ang mga taong nagpapahirap sa atin sa bawat bagay at mga naghahangad ng pansariling kapakanan? At ang mga namiminsala at nagiging dahilan ng pagdurusa sa kapahamakan, at ang mga taong hindi natin pakikinabangan? Pano natin pakikisamahan ang mga kumikilos sa kasinungalingan at palaging masama ang sinasabi?

Kung iiwasan natin sila at kung hindi tayo handang magsakripisyo para sa kanila, ibig sabihin, makasarili din ang mga hangarin natin. Dapat tayong maging handang magsakripisyo at pagbigyan ang mga taong may ibang mga ideya. Sa ganitong paraan, masasabing mayroon tayong espirituwal na pag-ibig.

8. Hindi Magagalitin

Ginagawang positibo ng pag-ibig ang puso ng mga tao. Sa kabilang banda, nagiging negatibo ang puso dahil sa galit. Sinasaktan ng galit ang puso, nagiging madilim ito. Kaya kapag nagagalit kayo hindi kayo pwedeng manirahan sa pag-ibig ng Panginoon. Ang pinakamalaking bitag na itinatayo ng kaaway na diyablo at Satanas sa harapan ng mga anak ng Diyos ay galit at poot.

Ang taong magagalitin ay hindi lang napopoot, nangbubulyaw, nagmumura, at nagiging bayolente o marahas. Kasama rin ang pagsimangot o pamumula ng mukha, at pagatol-gatol na pananalita dahil sa galit. Kahit iba-iba ang tindi ng galit sa bawat situwasyon, ito ang panlabas na pagpapahayag nito at ng sama ng loob. Pero huwag nating hatulan o husgahan ang kahit na sino batay lang sa mukha nito. Hindi madaling unawain ang puso ng tao.

Noong minsan, pinalayas ni Jesus ang mga nagtitinda ng kung anu-anong bagay sa Templo. Naglagay ng mga mesa ang mga mangangalakal at nagpalitan ng pera at nagtinda ng mga hayop sa mga tao na nagpunta sa Templo ng Jerusalem para sa Paskuwa. Napakaamo ni Jesus; hindi Siya nakikipag-away o naninigaw, hindi naririnig ang boses Niya sa kalye. Pero nang makita Niya ang tagpong ito, nag-iba ang ugali Niya.

Ginawa Niyang latigo ang lubid at pinatakbo ang mga tupa, baka, at ang iba pang hayop na pangsakripisyo. Itinumba Niya ang mga mesa ng mga nagpapalit ng pera at mga nagtitinda ng mga kalapati. Inisip ng mga taong nasa paligid na napopoot si Jesus, pero sa pagkakataong ito, hindi nagmumula sa poot ang sama ng loob Niya, mayroon Siyang makatarungang galit. Sa pamamagitan ng makatarungang galit o galit na nasa lugar o katwiran, ipinakita Niya na hindi maaaring payagan o pabayaang marumihan o madungisan ang Templo ng Diyos. Ang makatarungang galit ay resulta ng pag-ibig para sa Diyos na nagpapa-perpekto ng pag-ibig ayon sa katwiran Niya.

Pagkakaiba ng Makatarungang Galit at Poot

Sa Marcos kabanata 3, may pinagaling sa sinagoga si Jesus na isang lalaking may paralisadong kamay sa araw ng Sabbath. Minamatyagan Siya ng mga tao para tingnan kung pagagalingin Niya ito para maakusahan nila si Jesus ng paglabag sa araw ng Sabbath. Batid na ni Jesus ang saloobin ng mga tao, nagtanong Siya, "Ipinahihintulot ba na gumawa ng mabuti sa araw ng Sabbath, o ang gumawa ng masama, magligtas ng buhay, o pumuksa nito?" (Marcos 3:4)

Nailantad ang balak nila, wala na silang nasabi. Galit si Jesus sa matitigas na puso nila.

"Sila'y tiningnan Niya ng may galit. Nalulungkot Siya sa katigasan ng kanilang puso at sinabi Niya sa lalaki, 'Iunat mo ang iyong kamay.' At iniunat niya ito at nanumbalik sa dati ang kanyang kamay" (Marcos 3:5).

Noong panahong iyon, sinisikap ng masasamang tao na hatulan at patayin si Jesus, na tanging mabubuting bagay lang ang ginawa. Kaya kung minsan, matatapang na salita ang ginagamit Niya sa kanila. Ito ay para makita at talikuran nila ang daan patungo sa pagkawasak. Ang makatarungang galit ni Jesus ay nagmumula sa pag-ibig Niya. Kung minsan, ginigising ng galit na ito ang mga tao para buhayin sila. Ito ang malaking pagkakaiba ng magagalitin at makatarungang galit. Magbibigay buhay sa mga kaluluwa ang pagpapagalit at mahigpit na pangangaral ng isang tao kung nagpakabanal na siya at walang kasalanan. Pero kung hindi pa napabanal ang puso, hindi pwedeng makamit ang ganitong klaseng bunga.

May ilang dahilan kung bakit nagagalit ang tao. Una, dahil magkakaiba ang mga ideya at minimithi ng mga tao. Bawat isa ay may magkakaibang pinagmulan o kinalakhan, at magkakaiba ang edukasyon. Magkakaiba din ang kalooban, saloobin, at pamantayan ng paghatol kaya ipinipilit nila ang mga ideya nila sa ibang tao. Dahil dito nagkakaroon ng samaan ng loob sa isa't isa.

Ipagpalagay nating mayroong mag-asawa, maaala na pagkain ang gusto ng lalaki, ayaw naman ito ng babae. Pwedeng sabihin ng babae, "Hindi mabuti sa kalusugan mo ang masyadong maalat. Iwasan mo ito." Nagpapayo siya para sa kalusugan ng asawa niya. Pero kung ayaw makinig ng asawa niya, huwag na niyang pilitin. Humanap na lang sila ng paraan kung paano magbibigayan. Makakabuo sila ng masayang pamilya kapag pareho silang magsisikap.

Pangalawa, nagagalit ang isang tao kung hindi siya pinapakinggan ng iba. Kung mas matanda siya o mas mataas ang katungkulan niya, gusto niyang sumunod sa kanya ang ibang tao. Siyempre, tama lang na igalang ang mga mas nakakatanda at ang mga nasa mataas na posisyon, pero hindi tama na ipilit nila ito sa iba na mas mababa kaysa sa kanila.

May mga pagkakataong ang mga nasa mataas na posisyon ay

hindi nakikinig sa mga nasa mas mababang posisyon, gusto lang niya ang walang pasubaling pagsunod ng mga ito sa kanya. May mga pangyayari naman na nagagalit ang tao kapag nagdurusa sila sa kawalan o kung hindi makatarungan ang pagtrato sa kanila. Bukod dito, pwedeng magalit ang isang tao kapag galit sa kanya ang ibang tao nang walang dahilan, o kapag hindi sinunod ang mga bagay na ipinagawa o itinuro niya; o kung minumura at iniinsulto siya.

Bago lumabas ang galit ng tao, mayroon na silang masamang damdamin sa puso nila. Sinisimulan ito ng mga salita at kilos ng ibang tao. Pagkatapos, ang damdaming nabalisa ay lalabas bilang galit. Kadalasan ang sama ng loob ang pinagmumulan ng galit. Kung may galit sa puso natin, hindi tayo pwedeng manirahan sa pag-ibig ng Diyos, at matindi ang pagkakaantala ng espirituwal na paglago natin.

Kung masama ang loob natin, hindi tayo pwedeng baguhin ayon sa katotohanan. Iwasan nating magalit, at iwaksi natin ito. Sinasabi sa 1 Mga Corinto 3:16, "Hindi ba ninyo nalalaman na kayo ay templo ng Diyos, at ang Espiritu ng Diyos ay naninirahan sa inyo?"

Dapat nating malaman na templo ng Banal na Espiritu ang puso natin, at sinusubaybayan tayo ng Diyos para hindi tayo magalit kapag may mga bagay na hindi umaayon sa mga ideya natin.

Hindi Tumutupad ng Katuwiran ng Diyos ang Galit ng Tao

Tumanggap si Eliseo ng dobleng bahagi ng espiritu ng guro niyang si Elias, kaya mas marami ang naipakita niyang kapangyarihan ng Diyos. Binigyan niya ng pagpapalang magbuntis ang isang babaing baog; bumuhay ng patay; nagpagaling ng may ketong; at nagtagumpay sa kalabang hukbo. Pinalitan niya ng tubig na pwedeng inumin ang tubig na hindi naiinom, nilagyan lang niya ng asin ito. Gayon pa man, isang karamdaman ang ikinamatay niya, bihirang mangyari ito sa isang dakilang propeta ng Diyos.

Ano kaya ang dahilan? Nangyari ito noong patungo siya sa Bethel. May isang grupo ng mga kabataan na lumabas mula sa lunsod at pinagtawanan at tinukso siya, nakakalbo na kasi siya at hindi siya magandang lalaki. "Humayo ka, ikaw na kalbo! Humayo ka, ikaw na kalbo!" (2 Mga Hari 2:23)

Hindi lang dalawa ang mga kabataang umalipusta kay Eliseo, napahiya siya. Pinatigil niya sila sa pangiinsulto, pero nagpatuloy ang mga ito, matitigas ang ulo. Hindi ito nakayanan ni Eliseo.

Sentro ng pagsamba sa mga diyus-diyosan ang Bethel sa hilagang bahagi ng Israel pagkatapos mahati ang bansa sa dalawa. Masama at makasalanan ang kapaligiran doon dahil sa pagsamba ng mga tao sa mga diyus-diyosan. Naging matigas ang kalooban ng mga kabataan. Hinarangan nila ang daan, at dinuraan at binato si Eliseo, hanggang sa isinumpa niya ang mga ito. May lumabas na dalawang osong babae mula sa gubat at nilapa ang apatnapu't dalawang kabataan.

Siyempre, nangyari ito dahil sa kasalanan nila, sumobra ang pang-iinsulto nila sa isang lingkod ng Diyos. Pero makikita dito na may galit sa puso ni Eliseo. Pwedeng ipalagay na ito ang dahilan ng kamatayan niya. Hindi dapat nagagalit ang mga anak ng Diyos, "Sapagkat ang galit ng tao ay hindi gumagawa ng katuwiran ng Diyos" (Santiago 1:20).

Huwag Magalit

Anong dapat nating gawin para hindi tayo magalit? Dapat ba natin itong itago at pigilan? Kung itatago o pipigilan natin ang galit, pwedeng bigla na lang itong lumabas, parang 'spring' o muwelye. Kung magtitimpi tayo, maiiwasan natin ang pakikipag-away, pero pansamantala lang, lalabas din ito. Kaya para mapigilan ito, iwaksi natin ang galit mula sa puso natin. Huwag tayong basta magtimpi, palitan natin ng kabutihan at pag-ibig ang galit natin. Kung naiwaksi na natin ito, wala na tayong dapat pang pigilan.

Siyempre, hindi natin magagawa ito nang mabilisan. Dapat nating pagsikapan ito bawat araw. Ipaubaya natin sa Diyos ang mga nakakagalit na situwasyon, dagdagan natin ang pasensya. Sinasabi sa pag-aaral na ginawa ni Thomas Jefferson, ang ikatlong Pangulo ng Estados Unidos, "When angry, count ten before you speak; if very angry, count to a hundred." Ibig sabihin, huwag magsalita kapag galit. May isang kasabihan sa Korea, 'Three times having patience will stop a murder.' Sinasabing kung dadagdagan ang pagtitiis, hindi matutuksong pumatay ng tao.

Kapag galit tayo, lumayo muna tayo, isipin natin kung may mabuting resulta ang kalalabasan ng galit natin. Kung gagawin natin ito, wala tayong pagsisisihan o ikakahiya. Habang nagsisikap tayong magtiis nang may kasamang panalangin at tulong ng Banal na Espiritu, maiiwaksi natin mismo ang masamang galit. Kung nagagalit tayo ng sampung beses dati, magiging siyam na beses na lang ito, pagkatapos, walong beses, hanggang sa mawala. Mapayapa ang kalooban natin kahit sa kagalit-galit na situwasyon. Magiging napakasaya natin!

Sinasabi ng Kawikaan 12:16, "Ang pagkayamot ng hangal ay agad nahahalata, ngunit hindi pinapansin ng matalino ang pagkutya," at sa Kawikaan 19:11, sinasabing, "Ang matinong pag-iisip ng tao sa galit ay nagpapabagat, at kanyang kaluwalhatian na di pansinin ang kamalian."

Sinasabing ang salitang 'anger' (galit) ay kulang lang ng isang letra sa salitang 'danger' (panganib). Makikita natin dito na mapanganib magalit. Sa bandang huli, panalo ang nagtiis. May mga taong nagtitimpi kapag nasa iglesya kahit ang situwasyon ay nakakagalit. Pero kapag nasa bahay, eskwelahan o trabaho sila, mabilis silang magalit. Nasa lahat ng lugar ang Diyos, hindi lang sa iglesya.

Batid Niya kung anong ginagawa natin, kung ano ang mga sinasabi at iniisip natin. Binanbantayan Niya tayo kahit saan man tayo, at ang Banal na Espiritu ay nananahan sa puso natin. Kaya mamuhay tayo na parang nasa harapan tayo ng Diyos sa lahat ng sandali.

May mag-asawang nagtatalo. Sinigawan ng lalaki ang babae para tumigil na ito ng kakasalita. Sa sobrang pagkabigla ng babae, hindi na ito nagsalita hanggang sa mamatay siya. Pareho nilang pinagdusahan ang pangyayaring ito. Maraming tao ang nagdurusa dahil sa galit, dapat nating pagsikapang iwaksi ang lahat ng klase ng sama ng loob.

9. Hindi Nagtatala ng mga Pagkakamali

Iba't ibang klaseng tao na ang nakilala ko sa pagmiministeryo ko. May mga taong damang-dama ang pag-ibig ng Diyos, umiiyak sila kapag naiisip nila ito, habang ang iba naman ay nababagabag ang puso kahit naniniwala at minamahal nila ang Diyos hindi nila nadarama ang pag-ibig Niya.

Depende sa pagwaksi natin ng mga kasalanan at kasamaan ang pagdama natin ng pag-ibig ng Diyos. Kung isinasabuhay natin ang Salita Niya at iwinawaksi ang kasamaan sa puso, madarama natin nang mas malalim ang pag-ibig Niya. Hindi hihinto ang paglago ng pananampalataya natin. Maaaring humarap pa tayo sa mga kahirapan sa pagsulong ng pananampalataya natin, pero sa mga panahong tulad nito, tandaan natin ang pag-ibig ng Diyos na palaging naghihintay sa atin. Kapag inaalala natin ang pag-ibig Niya, hindi natin itatala ang pinagdusahang pagkakamali.

Itinatala ang Pagkakamali

Sa libro niyang Healing Life's Hidden Addictions, sinabi ni Dr. Archibald D. Hart, dating dekano ng School of Psychology ng Fuller Theological Seminary, na isa sa apat na kabataan sa America ay nagdurusa sa depresyon. At sinabi rin niya na sinisira nito, ng droga, sex, internet, pag-inom ng alak, at paninigarilyo ang buhay ng mga kabataan.

Kapag huminto ang mga sugapa sa paggamit ng mga bagay na nakaimpluwensya sa pag-iisip, pandama at ugali nila, kakaunti o wala na marahil natirang sariling kakayahan. Maaaring bumaling ang sugapang ito sa iba pang bagay na makakaimpluwensya sa isipan niya para makatakas. Kasama sa mga bagay na ito ang sex, pag-ibig, at pakikipagrelasyon. Wala silang tunay na kasiyahan, hindi rin nila nadadama ang pagpapala at kagalakan sa relasyon nila sa Diyos. Malala ang kalagayan nila ayon kay Dr. Hart. Ang pagiging sugapa ay isang pagtatangka na makakuha ng kasiyahan mula sa ibang bagay bukod sa pagpapala at kagalakan na ibinibigay ng Diyos, pagbabalewala ito sa Diyos. Palaging nasa isip ng isang sugapa ang pagkakamali niya.

Ano ba ang pinagdudusahang pagkakamali? Itinutukoy nito ang lahat ng masasamang bagay na hindi sang-ayon sa kalooban ng Diyos. Pwedeng hatiin sa tatlong kategorya ang pag-iisip ng masama:

Una, gustong may mangyaring masama sa ibang tao.
Halimbawa, may nakaaway kayong isang tao. Galit na galit kayo sa kanya, iniisip ninyo, "Madapa sana siya." O kaya naman, hindi maganda ang relasyon ninyo ng kapit-bahay ninyo, may nangyaring masama sa kanya, iisipin ninyong, "Buti nga sa kanya." o kaya, "Alam kong mangyayari sa kanya 'yan!" Kung estudyante naman, pwedeng gustuhin nito na hindi makapasa sa eksamen ang kaeskwela niya. Kung tunay ang pagmamahal ninyo, hindi kayo mag-iisip ng masasamang bagay tulad nito.

Gusto ba ninyong magkasakit o maaksidente ang mga taong mahal ninyo? Ma gugustuhin ninyong maging palagi silang malusog at malayo sa aksidente. Dahil wala tayong tunay na pag-ibig sa puso natin, gusto nating may mangyaring masama sa ibang tao. Natutuwa tayo kapag nalulungkot sila.

Kung wala tayong pagmamahal, gusto nating malaman ang mga malalaking kasalanan at kahinaan ng ibang tao, pagkatapos, ipagkakalat natin ito. Ipagpalagay nating may pinuntahan kayong isang pagpupulong, sinisiraan ng isang tao doon ang isa pang tao. Kung naging interesado kayo sa usapang ito, dapat ninyong suriin ang puso ninyo. Kung halimbawang mga magulang ninyo ang sinisiraan, makikinig ba kayo o patitigilin agad ninyo sila?

Siyempre, may mga pagkakataong gusto ninyong malaman ang buong pangyayari tungkol sa mga taong pinag-uusapan dahil gusto ninyong makatulong sa mga taong iyon. Pero kung wala naman kayong planong tumulong at interesado pa rin kayong marinig ang mga masasamang bagay na nangyayari sa ibang tao, magkakalat lang kayo ng tsismis. "Ang nagpapatawad ng kasalanan ay humahanap ng pagmamahalan. Ngunit ang nagpapaulit-ulit sa usapin ay naghihiwalay ng magkakaibigan" (Mga Kawikaan 17:9).

Pagtatakpan ng mabubuting tao na may pagmamahal sa puso ang mga pagkakamali ng iba. At kung mayroon tayong espirituwal na pag-ibig, hindi tayo magseselos o maiinggit kung nakakaangat sa buhay ang ibang tao. Masaya na tayo sa kalagayan nila dahil minamahal sila ng mga tao. Sinabi ni Jesus sa atin na ibigin natin ang ating mga kaaway. Sinasabi rin ng Mga Taga-Roma 12:14, "Pagpalain ninyo ang mga umuusig sa inyo; pagpalain ninyo at huwag ninyong sumpain."

Pangalawa, nanghuhusga at nanghahatol.

Halimbawa, nakita ninyo ang isang mananampalataya na pumunta sa lugar na hindi dapat puntahan ng mga Cristiano, anong inisip ninyo? Kung masama kayo, negatibo ang iisipin ninyo, "Bakit niya ginawa iyon?" O, kung mabuti kayo, iiisipin ninyo, "Bakit kaya pupunta siya sa ganoong klaseng lugar?" Pero, iisipin din ninyo na may dahilan marahil ang taong ito sa pagpunta niya doon.

Pero kung may espirituwal na pag-ibig ang puso ninyo, ni hindi kayo mag-iisip ng masama. Kahit makarinig kayo ng isang bagay na masama, hindi kayo manghuhusga at manghahatol hangga't hindi ninyo nakikita o nalalaman ang katotohanan. Kadalasan, kapag nakakarinig ang mga magulang ng hindi magandang bagay tungkol sa mga anak nila, anong reaksyon nila? Hindi nila agad tinatanggap ito, ipipilit nila na hindi gagawa ng ganoong mga bagay ang mga anak nila. Iisipin nilang masama ang taong nagsasabi ng ganoon. Tulad nito, kung totoong mahal ninyo ang isang tao, pagsisikapan ninyong isipin ang lahat ng mabuting bagay tungkol sa kanya.

Pero ngayon, maraming nag-iisip ng masama sa kapwa, mabilis silang magsalita ng masama tungkol sa kanila. Hindi lang nila ito ginagawa sa mga taong kilala nila, pinipintasan din nila ang mga may posisyon sa gubyerno.

Hindi man lang nila tinitingnan kung ano ba talaga ang buong pangyayari, ikinakalat agad ang mga walang basehang tsismis. Marami na ang nagpakamatay dahil sa pang-aapi sa internet. Nanghuhusga at nanghahatol ang mga tao ayon sa pamantayan nila at hindi ayon sa Salita at pamantayan ng Diyos. Pero, ano ang mabuting kalooban ng Diyos?

May babala ang Santiago 4:12, "Iisa ang tagapagbigay ng kautusan at hukom, Siya na may kapangyarihang magligtas at pumuksa. Kaya, sino ka na humahatol sa iyong kapwa?"

Ang Diyos lang ang pwedeng humatol. Ibig sabihin, sinasabi sa atin ng Diyos na masamang husgahan ang kapwa. Sabihin nating malinaw na gumawa ng mali ang isang tao? Sa ganitong situwasyon, hindi titingnan ng mga taong may espirituwal na pagmamahal kung tama o mali ang ginawa ng taong ito. Iisipin nila kung anong mabuti para sa kanya. Gugustuhin nilang maging mabuti ang kaluluwa niya at mahalin ito ng Diyos.

Bukod dito, hindi lang dapat pagtakpan ng perpektong pagmamahal ang mga kasalanan, kundi tulungan din ang taong ito para magsisi. Ituro natin sa taong ito ang katotohanan at haplusin natin ang puso niya para magabayan siya patungo sa tamang daan ng pagbabago. Kung mayroon tayong perpektong espirituwal na pag-ibig hindi na tayo mahihirapang maging mabuti sa isang taong tulad nito. Magiging natural sa atin ang magmahal sa taong maraming pagkakamali. Magtitiwala tayo sa kanya at tutulungan natin siya. Kung hindi tayo nanghuhusga at nanghahatol ng ibang tao, magiging masaya tayo sa harapan ng kahit na sinong tao.

Pangatlo, mga saloobin na hindi ayon sa kalooban ng Diyos.

Hindi lang ito kagustuhang may mangyaring masama sa ibang tao, tungkol din ito sa mga saloobin na hindi sumusunod sa kalooban ng Diyos. Dito sa mundo, sinasabing mabubuting tao ang mga nabubuhay ayon sa malinis na pamantayan at mabuting konsiyensya.

Pero ang pinakapamantayan ng kabutihan ay hindi ang moralidad at konsiyensya. Maraming bagay sa dalawang ito ang lumalabag o kasalungat ng Salita ng Diyos.

Inaamin ng mga tumatanggap sa Panginoon na makasalanan sila. Baka nagmamalaki ang mga tao kung nagsusulong sila ng malinis at mabuting buhay, pero masama at makasalanan pa rin sila ayon sa Salita ng Diyos. Ito'y dahil kahit anong bagay na hindi ayon sa Salita ng Diyos ay masama at makasalanan. Tanging ang Salita ng Diyos ang pinakapamantayan ng kabutihan (1 Juan 3:4).

Anong pagkakaiba ng kasamaan sa kasalanan? Sa simpleng paraan, pwedeng sabihing parehong kasinungalingan ang dalawang ito, labag sila sa Salita ng Diyos na siyang katotohanan. Ang mga ito ay kadiliman na kasalungat ng Diyos na Siyang Liwanag.

Pero kung pag-aaralan ng mas detalyado ang dalawang ito, makikita ang pagkakaiba nila sa isa't isa. Ihambing natin sila sa isang puno. Ang 'kasamaan' ay ugat na nakabaon sa lupa, hindi ito nakikita, at ang 'kasalanan' ay ang mga sanga, dahon, at bunga.

Kung walang ugat, hindi magkakaroon ng mga sanga, dahon, at bunga. Tulad nito, nagkakaroon ng kasalanan dahil sa kasamaan. Likas na nasa puso ang kasamaan. Ito ang ugaling lumalaban sa kabutihan, pag-ibig, at katotohanan ng Diyos. Kapag lumabas o isinagawa ang kasaamang ito, tatawagin itong kasalanan.

Sinabi ni Jesus, "Ang mabuting tao mula sa mabuting kayamanan ng kanyang puso ay nagbubunga ng kabutihan. At ang masamang tao mula sa masamang kayamanan ay nagbubunga ng kasamaan. Sapagkat mula sa kasaganahan ng puso ay nagsasalita ang kanyang bibig" (Lucas 6:45).

Ipagpalagay nating may isang taong nagsasalita ng masasama para makasakit sa taong hindi niya gusto. Ito ay pagpapakita ng 'kasamaan' na nasa puso niya bilang 'galit' at 'masasamang salita', ang mga ito ay mga kasalanan. Ang kasalanan ay nakikita at tukoy ayon sa pamantayan na tinatawag nating Salita ng Diyos, na siyang kautusan.

Kung walang kautusan, walang mapaparusahan dahil walang pamantayan kung ano ang kasalanan at kung ano ang hatol. Ang kasalanan ay nakikita dahil ito ay labag sa pamantayan ng Salita ng Diyos. Pwede itong hatiin sa dalawang kategorya: kasalanan na nasa puso (nakatago) at kasalanang isinasagawa (nakikita). Ang mga kasalanang nasa puso ay galit, inggit, selos, pangangalunya ng isipan, at ang mga kasalanang isinasagawa ay pakikipag-away, pagmamaktol, o pagpatay. May pagkakatulad ito sa mga kasalanan o krimen dito sa mundo na may iba't ibang kategorya din. Halimbawa, depende ito kung kanino nagkasala, pwedeng laban sa isang bansa, mga mamamayan, o sa isang tao.

Kahit masama ang puso ng isang tao, hindi tiyak kung magkakasala siya. Kung pinapakinggan niya ang Salita ng Diyos at nagtitimpi, pwede niyang iwasang gumawa ng kasalanan kahit may bahid ng kasamaaan sa puso niya. Sa puntong ito, maaaring masaya na siya, iniisip niyang nagpapakabanal na siya dahil hindi niya isinagawa ang mga kasalanan na nasa puso niya.

Gayon pa man, para maging ganap na banal, iwaksi natin ang kasamaan na likas sa katauhan natin, nasa kaibuturan ng puso. Mayroong kasamaan ang bawat isa sa atin na minana sa ating mga magulang. Hindi ito lumalabas sa mga pangkaraniwang situwasyon kundi sa matitinding pangyayari.

May isang kasabihan ang mga Koreano, "Tatalon sa bakuran ng kapitbahay kahit na sinong ginutom ng tatlong araw." Katulad ito ng, "Walang kinikilalang batas ang pangangailangan." Hangga't hindi tayo ganap na napapabanal, lalabas sa matinding situwasyon ang kasamaan na nakatago sa puso.

Ang dumi ng langaw ay dumi pa rin kahit napakaliit nito. Tulad nito, kahit hindi ipinapalagay na kasalanan, lahat ng bagay na hindi perpekto sa mata ng perpektong Diyos ay masama. Kaya isinulat sa 1 Mga Taga-Tesalonica 5:22, "...layuan ninyo ang bawat anyo ng kasamaan."

Ang Diyos ay pag-ibig. Ang mga utos Niya ay pwedeng pagsama-samahin sa isang salita, 'pag-ibig'. Ibig sabihin, ang hindi magmahal ay masama at paglabag sa batas. Kaya, para masuri kung nagtatala tayo ng mga pinagdusahang pagkakamali, isipin natin kung gaanong pag-ibig ang nasa puso natin. Kung minamahal natin ang Diyos at mga kaluluwa, hindi natin itatala ang mga pagkakamali.

At ito ang Kanyang utos, na manampalataya tayo sa pangalan ng Kanyang Anak na si Jesu-Cristo, at tayo'y mag-ibigan sa isa't isa ayon sa ibinigay Niyang utos sa atin (1 Juan 3:23).

Ang pag-ibig ay hindi gumagawa ng masama sa kanyang kapwa; ang pag-ibig ang siyang katuparan ng kautusan (Mga Taga-Roma 13:10).

Hindi Nagtatala ng Pagkakamali

Una sa lahat, para hindi magtala ng mga pagkakamali, huwag nating tingnan o pakinggan ang masasamang bagay. Kahit may nakita o narinig tayo, huwag na natin itong isipin o alalahanin. Siyempre kung minsan, hindi natin mapipigilan ang saloobin natin, may isang bagay na palagi nating maiisip habang nagsisikap tayong kalimutan ito. Pero tutulungan tayo ng Banal na Espiritu habang nagsisikap tayong mawala ang masasamang saloobin natin sa pananalangin. Huwag nating sadyaing makakita, makarinig, o mag-isip ng masasamang bagay. Bukod dito, iwaksi natin agad ang masasamang saloobin na sumasagi sa isipan natin.

Huwag tayong makibahagi sa kahit na anong masamang gawain. Sinasabi sa 2 Juan 1:10-11, "Kung sa inyo'y dumating ang sinuman at hindi dala ang aral na ito, huwag ninyong tanggapin sa inyong bahay, at huwag ninyo siyang batiin, sapagkat ang bumabati sa kanya ay nakikibahagi sa kanyang masasamang gawa." Nagpapayo sa atin ang Diyos na umiwas at huwag tumanggap ng kasamaan.

Minamana ng tao ang makasalanang likas sa mga magulang nila. Nakakaranas ng maraming kasinungalingan ang tao habang nabubuhay dito sa mundo. Binubuo ng taong ito ang kanyang ugali at 'pagkatao' batay sa makasalanang likas at mga kasinungalingan. Ang buhay Cristiano ay pagwawaksi ng lahat ng makasalanang likas at mga kasinungalingang ito kapag tumanggap na tayo sa Panginoon. Kailangan natin ng malaking pagtitiis at pagsisikap para maiwaksi ang makasalanang likas at mga kasinungalingan. Mas pamilyar tayo sa kasinungalingan kaysa sa katotohanan dahil nabubuhay tayo sa mundong ito. Mas madaling tanggapin at isabuhay ang kasinungalingan kaysa sa iwaksi ito. Halimbawa, madaling matsahan ng tintang itim ang puting damit, pero napakahirap nitong tanggalin para muling paputiin.

At kahit parang maliit na kasalanan lang, pwedeng maging napakalaki nito sa isang iglap. Tulad ng sinasabi sa Galacia 5:9, "Ang kaunting lebadura ay nagpapaalsa sa buong masa." Ang isang maliit na kasalanan ay mabilis kakalat sa maraming tao. Samakatwid, dapat tayong mag-ingat kahit sa napakaliit na kasamaan. Dapat nating kapootan ang kasamaan at huwag itong isipin kahit isang sandali. Iniuutos sa atin ng Diyos, "Kayong mga nagmamahal sa PANGINOON, kamuhian ninyo ang kasamaan," (Mga Awit 97:10), at itinuturo sa atin, "Ang takot sa PANGINOON ay pagkamuhi sa kasamaan," (Mga Kawikaan 8:13).

Kung marubdob ang pagmamahal ninyo sa isang tao, gugustuhin ninyo ang mga bagay na gusto niya at aayawan ang mga ayaw niya. Hindi na kailangan ng dahilan. Dumadaing ang Banal na Espiritu kapag nagkakasala ang mga anak ng Diyos na tumanggap sa Kanya. Kaya nahihirapan ang kalooban nila. Maaalala nila na napopoot ang Diyos sa kasalanan, kaya magsisikap sila na hindi na nila uulitin ito. Mahalagang iwaksi kahit ang maliliit na kasamaan. Huwag na nating tanggapin ang mga ito.

Tustusan ng Salita ng Diyos at Panalangin

Walang silbi ang kasamaan. Sinasabi ng Mga Kawikaan 22:8, "Ang naghahasik ng kasamaan ay aani ng kapahamakan." Magkakaroon tayo o ang mga anak natin ng mga karamdaman, o kaya baka maaksidente tayo. Magiging malungkot ang buhay natin dahil sa kahirapan at problema sa pamilya. Lahat ng problemang ito ay nagmumula sa kasamaan.

Huwag kayong padaya; ang Diyos ay hindi maaaring lokohin, sapagkat ang anumang ihasik ng tao, ay siya rin niyang aanihin (Galacia 6:7).

Siyempre, hindi agad lalabas ang mga problema. Kapag naipon na ang mga kasamaan, baka magkaroon ng mga problemang makakaapekto sa mga anak natin. Dahil hindi batid ng mga makamundong tao ang tungkol sa tuntuning ito, gumagawa sila ng napakaraming kasamaan sa iba't ibang paraan.

Halimbawa, sa palagay nila tama lang na maghiganti sa mga taong nanakit sa kanila. Pero sinasabi sa Mga Kawikaan 20:22, "Huwag mong sabihin, 'Ang masama'y aking gagantihan,' maghintay ka sa PANGINOON, at ikaw ay Kanyang tutulungan."

Diyos ang may kapangyarihan sa buhay, kamatayan, tagumpay

at kasawian ng sangkatauhan ayon sa katarungan Niya. Kaya kung gagawa tayo ng kabutihan ayon sa Salita ng Diyos, aani tayo ng bunga ng kabutihan. Ganito ang ipinangako sa Exodo 20:6, sinasabing, "Ngunit pinagpapakitaan Ko ng wagas na pag-ibig ang libu-libong umiibig sa Akin at tumutupad ng Aking mga utos."

Para makalayo tayo sa kasamaan, dapat tayong mapoot sa kasamaan. Higit sa lahat, dapat mayroon tayong sapat na pangtustus ng dalawang bagay na ito sa lahat ng oras. Ito ay Salita ng Diyos at panalangin. Kapag magninilay tayo sa Salita ng Diyos sa araw at gabi, maitataboy natin ang masasamang saloobin, magkakaroon tayo ng espirituwal at mabubuting saloobin. Mauunawaan natin kung anong klaseng kilos ang nagpapakita ng tunay na pag-ibig.

At habang nananalangin tayo, makakapagnilay tayo ng Salita ng mas malalim. Tutulong ito na makita natin ang masasamang salita at gawain natin. Kapag mananalangin tayo ng taimtim sa tulong ng Banal na Espiritu pwede nating pangibabawan at iwaksi ang kasamaan sa puso natin. Magmadali tayo sa pagwawaksi ng kasamaan sa pamamagitan ng Salita ng Diyos at pananalangin para maging maligaya ang buhay natin.

10. Hindi Natutuwa sa Masamang Gawa

Mas may pagkakataong maging matagumpay ang mararangal o tapat na tao sa maunlad na lipunan. Sa kabaliktaran, mas maraming korupsyon sa hindi gaanong maunlad na mga bansa, dahil pwedeng bayaran ang lahat ng bagay. Ang korupsyon ay tinatawag na sakit ng mga bansa dahil may kaugnayan ito sa pag-unlad nito. Malaki din ang epekto ng korupsyon at kasamaan sa buhay ng isang tao. Ang mga taong masiba o sakim ay walang tunay na kasiyahan dahil sarili lang nila ang iniisip nila. Hindi nila kayang mahalin ang ibang tao.

May pagkakapareho ang hindi natutuwa sa masamang gawa at hindi nagtatala ng pagkakamali. Ang 'hindi nagtatala ng pagkakamaling pinagdusahan' ay walang kahit na anong kasamaan sa puso. Ang 'hindi natutuwa sa masamang gawa' ay hindi nalulugod sa nakakahiya at kasuklam-suklam na pag-uugali at pagkilos. Hindi siya nakikibahagi dito.

Ipagpalagay nating nagseselos kayo sa isang kaibigan na napakayaman. Hindi ninyo siya gusto dahil parang palagi niyang ipinagyayabang ang kayamanan niya. Iniisip din ninyo, "Napakayaman niya, pero ano ako? Sana maubos na ang pera niya.' Nag-iisip kayo ng masasamang bagay. Pero isang araw, dinaya siya. Naubos ang kayamanan niya sa loob ng isang araw. Kung natuwa kayo sa nangyari sa kanya at iisipin, "Ang yabang kasi niya, 'buti nga sa kanya!" ito ay pagpapakita ng tuwa o lugod sa masamang gawa. Bukod dito, kung aktibo ang partisipasyon ninyo sa ganitong klaseng gawain, ipinapakita ninyo na natutuwa kayo sa masasamang gawa.

May masamang gawa na kitang-kita, kahit mga hindi mananampalataya ay magsasabing masama ito. Halimbawa, yumayaman ang isang tao sa pandaraya, o pananakot. Lumalabag sa batas ang isang tao at tumatanggap ng kabayaran para sa sariling pakinabang. Kung may isang hukom na tumanggap ng bayad para ibigay ang maling sentensya, at naparusahan ang inosenteng tao, kitang-kita ang masamang gawa dito. Ginamit niya ang kapangyarihan niya sa maling paraan.

Kapag may itinitinda ang isang tao, pwede niyang dayain ang bilang at kalidad nito. Pwede niyang gamitin ang mumurahin at mababang klaseng materyales para mas malaki ang kikitain niya. Hindi nila iniisip ang ibang tao, pansamantalang pakinabang lang nila ang nasa isipan nila. Batid nila kung ano ang tama, pero hindi sila magdadalawang isip na mandaya dahil natutuwa sila sa perang nakukuha sa masamang paraan. Sa totoo lang, napakaraming taong nandadaya sa iba para makinabang. Kung tayo ang tatanungin, masasabi ba nating malilinis tayo?

Sabihin nating nangyari ang mga sumusunod. Naglilingkod kayo sa bayan bilang opisyal ng gubyerno, nalaman ninyo na yumayaman ang isa sa mga matalik ninyong kaibigan sa iligal na paraan ng pagnenegosyo. Kung mahuhuli siya, mabigat ang parusa sa kanya. Binibigyan kayo ng kaibigang ito ng malaking halaga para manahimik at balewalain ang ginagawa niya. Sinabi pa niya na magbibigay siya sa iyo ng mas malaking halaga. Nagkataong may malaking pagkakagastusan ang pamilya ninyo, kailangan ninyo ng malaking halaga. Anong gagawin ninyo?

Isipin natin ang isa pang situwasyon. Isang araw, nagpunta kayo sa bangko para i-tsek ang deposito ninyong pera, mas malaking halaga sa inaakala ninyo ang naroon. Nalaman ninyo na ang halagang dapat ibawas bilang buwis ay hindi kinuha. Anong gagawin ninyo? Matutuwa ba kayo dahil hindi naman ninyo kasalanan ang nangyari, responsibilidad iyon ng bangko?

Sinasabi ng 2 Mga Cronica 19:7, "Ngayon, sumainyo nawa ang takot sa PANGINOON. Mag-ingat kayo sa inyong ginagawa, sapagkat walang pagpilipit ng katarungan sa PANGINOON nating Diyos, o pagtatangi, o pagtanggap man ng mga suhol." Ang Diyos ay matuwid, walang kasamaan sa Kanya. Hindi nakikita ng tao ang mga pandaraya natin pero nakikita ng Diyos ang lahat ng bagay. Kaya kung may takot tayo sa Diyos lalakad tayo sa tamang daan nang may katapatan.

Isipin natin ang pangyayari tungkol kay Abraham. Nang mabihag sa labanan sa Sodoma ang pamangkin niya, hindi lang ito ang binawi niya kundi pati ang mga mamamayan at ang lahat ng mga ari-arian nila. Gustong ipakita ng hari ang pasasalamat niya, ibinibigay niya kay Abraham ang ilang mga bagay na naibalik nito sa kanya, pero hindi niya ito tinanggap.

Sinabi ni Abraham sa hari ng Sodoma, "Ako'y sumumpa sa PANGINOONG Diyos na kataas-taasan, na lumikha ng langit at ng lupa, na hindi ako kukuha kahit isang sinulid, o isang panali ng sandalyas, o ng anumang para sa iyo, baka iyong sabihin, 'Pinayaman ko si Abram'" (Genesis 14:22-23).

Nang mamatay ang asawa niyang si Sara, ibinibigay ng walang bayad ng may ari ng lupa ang paglilibingan, pero hindi ito tinanggap ni Abraham. Binayaran niya ang tamang halaga. Ginawa niya ito para hindi magkaroon ng problema tungkol sa lupa sa hinaharap. Ginawa niya ito dahil siya ay isang taong marangal; ayaw niyang tumanggap ng hindi nararapat na pakinabang ni kumita mula sa masama. Kung naghahangad siya ng pera, sana ay ginawa na lang niya kung ano ang pakikinabangan niya.

Ang mga nagmamahal sa Diyos at ang mga minamahal Niya ay hindi mananakit ng kahit sino o maghahangad ng sariling pakinabang. Hindi nila lalabagin ang batas ng kanilang bansa. Hindi sila maghahangad ng higit sa nararapat sa kanila o ng maling pakinabang. Walang pagmamahal sa Diyos at sa kapawa ang mga natutuwa sa masasamang gawa.

Masamang Gawa sa Mata ng Diyos

May pagkakaiba ang masamang gawa sa mata Diyos sa masamang gawang ayon sa pangkalahatang konteksto o kahulugan nito. Hindi lang ito paglabag sa batas o paninira sa kapwa, kundi lahat ng kasalanan na laban sa Salita ng Diyos. Kapag lumabas sa kahit na anong paraan ang kasamaan na nasa puso, ito ay kasalanan, at ito ay masamang gawa. Sa napakaraming kasalanan, ang masamang gawa ang tumutukoy sa mga kasalanang isinasagawa (nakikita).

Ibig sabihin, kapag ipinakita ang galit, inggit, selos, at iba pang kasamaan na nasa puso ang mga ito ay magiging pakikipag-away, pag-aalitan, karahasan, pandaraya, at pagpatay. Sinasabi sa Biblia na kung gagawa tayo ng masama, mahihirapan tayong maligtas.

Sinasabi sa 1 Mga Taga-Corinto 6:9-10, "Hindi ba ninyo nalalaman na ang masasamang tao ay hindi magmamana ng kaharian ng Diyos? Huwag kayong padaya! Ang mga mapakiapid, mga sumasamba sa mga diyus-diyosan, mga mangangalunya, mga bakla, mga nakikiapid sa kapwa lalaki, mga magnanakaw, mga masasakim, mga maglalasing, mga mapagmura, o mga manggagantso ay hindi magmamana ng kaharian ng Diyos."

Si Acan ay isa sa mga taong nagmahal ng masasamang gawa na naging dahilan ng pagkawasak niya. Ikalawang henerasyon siya ng Exodo, at magmula noong bata siya, nakita at narinig niya ang tungkol sa mga bagay na ginawa ng Diyos para sa mga kababayan niya. Nakita niya ang haligi ng ulap na gumabay sa kanila kapag umaga at ang haligi ng apoy kapag gabi. Nakita niya ang paghinto ng pag-apaw ng Ilog Jordan, at ang pagbagsak ng lunsod ng Jericho sa isang saglit. Alam na alam niya ang utos ng lider na si Josue na huwag kumuha ng kahit na anong bagay mula sa Jericho dahil ang mga ito ay iaalay sa Diyos.

Pero sa sandaling nakita niya ang mga bagay na nasa lunsod, nag-iba na ang takbo ng isipan niya dahil sa kasakiman. Matagal naging salat ang buhay nila noong nasa ilang sila, at sa paningin niya, napakaganda ng mga bagay na nasa lunsod. Nang nakita niya ang magandang balabal, at ang mga ginto at pilak, nakalimutan niya ang Salita ng Diyos, at ang utos ni Josue. Itinago niya ito para sa sarili niya.

Dahil sa paglabag ni Acan sa utos ng Diyos, maraming namatay sa sumunod na laban ng Israel. Nalantad ang kasamaan ni Acan dahil sa pangyayaring ito, siya at ang pamilya niya ay binato hanggang sa mamatay. Nagkapatong-patong ang mga bato sa mismong lugar na ito, tinawag itong Libis ng Acor.

Basahin ninyo ang Mga Bilang 22-24, nakausap ni Balaam ang Diyos. Isang araw, hiniling sa kanya ni Balak, ang Hari ng Moab, na sumpain ang mga mamamayan ng Israel. Kaya sinabi ng Diyos sa kanya, "Huwag kang paroroon na kasama nila. Huwag mong susumpain ang bayan, sapagkat sila'y pinagpala" (Mga Bilang 22:12).

Nang marinig niya ang Salita ng Diyos, tumanggi si Balaam na gawin ang hiniling ng hari ng Moab. Pero nang bigyan siya ng hari ng ginto, pilak, at iba pang kayamanan, nalito siya. Sa bandang huli, nabulag siya ng mga kayamanan. Tinuruan niya ang hari kung paano maglagay ng patibong para sa mga mamamayan ng Israel. Ano ang naging resulta nito? Kumain ng pagkaing isinakripisyo sa mga diyus-diyosan ang mga anak ni Israel at sila ay nangalunya. Dahil dito nagkaroon sila ng malaking kapighatian. Si Balaam ay napatay sa pamamagitan ng tabak. Ito ay dahil pinili niya ang benepisyong ibibigay ng masamang gawa.

Sa mata ng Diyos, may malaking kaugnayan ang masamang gawa sa kaligtasan ng tao. Kung makikita natin na gumagawa ng masama ang mga kapatid sa pananampalataya tulad ng mga hindi mananampalataya, anong gagawin natin? Siyempre, malulungkot tayo para sa kanila, idadalangin sila, at tutulungan silang mamuhay ayon sa Salita ng Diyos. Pero may mga mananampalatayang naiinggit sa mga ganitong klaseng tao, iniisip nila, "Gusto kong magkaroon ng madali at mas kumportableng buhay Cristiano tulad nila." Bukod dito, kung gagayahin ninyo at makikibahagi kayo sa mga ginagawa nila, hindi pwedeng sabihing mahal ninyo ang Panginoon.

Namatay si Jesus na walang pagkakasala, para tayong mga puno ng kasalanan ay ilapit sa Diyos (1 Pedro 3:18). Habang nararanasan natin ang dakilang pag-ibig ng Panginoon, huwag tayong magalak sa kasalanan. Ang mga taong hindi nagagalak sa kasalanan ay umiiwas dito at nabubuhay ayon sa Salita ng Diyos. Pagkatapos, magiging kaibigan kayo ng Panginoon at magsusulong ng masaganang buhay (Juan 15:14).

11. Natutuwa sa Katotohanan

Nailigtas si Juan, isa sa labindalawang kaibigan ni Jesus, sa pagiging martir. Ipinangaral niya ang ebanghelyo ni Jesus at ang kalooban ng Diyos sa mga tao hanggang sa mamatay siya dahil sa katandaan. Isa sa mga bagay na nagpasaya sa kanya bago siya mamatay ay malaman na nagsisikap ang mga taong isabuhay ang Salita ng Diyos, ang katotohanan.

Sinabi niya, "Ako'y labis na nagagalak nang dumating ang mga kapatid at nagpatotoong ikaw ay nasa katotohanan, kung paanong lumalakad ka sa katotohanan. Wala ng higit pang kagalakan sa ganang akin na gaya nito, na maririnig na ang aking mga anak ay lumalakad sa katotohanan" (3 Juan 1:3-4).

Makikita natin kung gaano siya kasiya sa sinabi niyang, 'labis akong nagagalak'. Mainitin ang ulo niya noong kabataan niya, tinawag pa siyang 'anak ng kulog'. Pero nang magbago siya, binansagan siyang 'apostol ng pag-ibig'.

Kung minamahal natin ang Diyos, hindi tayo gagawa ng masama kundi isasabuhay natin ang katotohanan, ikagagalak natin ito. Ang katotohanan ay tumutukoy kay Jesu-Cristo, sa ebanghelyo, at sa 66 na aklat ng Biblia. Ang mga nagmamahal sa Diyos at mga minamahal Niya ay tiyak na magagalak kasama ni Jesu-Cristo at ng ebanghelyo. Nagagalak sila kapag lumalawak ang kaharian ng Diyos. Ano ang kahulugan ng natutuwa sa katotohanan?

Una sa lahat, nagagalak sa 'ebanghelyo'

Ang ebanghelyo ay mabuting balita na tayo ay ligtas dahil kay Jesu-Cristo at pupunta sa kaharian ng langit. Maraming tao ang naghahanap ng katotohanan. Hinahanap nila ang mga kasagutan sa mga tanong tulad ng, "Ano ang kabuluhan ng buhay?" Ano ang mahalaga sa buhay ng tao? Para masagot ang mga katanungan nila, nag-aaral sila ng mga ideya at pilosopiya, o kaya sumasama sa iba't ibang relihiyon. Pero ang katotohanan ay si Jesu-Cristo, at walang makakarating sa langit kung hindi dahil sa Kanya. Sinabi Niya, "Ako ang daan, at ang katotohanan, at ang buhay. Sinuman ay hindi makakarating sa Ama kundi sa pamamagitan Ko" (Juan 14:6).

Naligtas tayo at nagkaroon ng buhay na walang hanggan sa pamamagitan ni Jesu-Cristo. Pinatawad tayo sa ating mga kasalanan dahil sa mahalagang dugo ng Panginoon, at nakarating sa Langit sa halip na sa Impiyerno. Nauunawaan na natin ngayon ang kahulugan at kahalagahan ng buhay. Kaya dahil dito, natural lang na magalak tayo sa ebanghelyo. Ihahatid ang ebanghelyo ng masigasig sa ibang tao ang mga nagagalak dito. Tutuparin nila ang tungkuling ibinigay sa kanila ng Diyos at maglilingkod ng tapat para maipangaral ito. Tuwang-tuwa sila kapag nakakarinig ng ebanghelyo ang ibang tao at naliligtas dahil sa Panginoon. Natutuwa sila kapag lumalawak ang kaharian ng Diyos. "[Ang Diyos] na nagnanais na ang lahat ng tao ay maligtas at makarating sa pagkakilala ng katotohanan" (1 Timoteo 2:4).

Gayon pa man, may mga taong nagseselos kapag nangaral ang ibang tao at nagkaroon ng maraming bunga. May mga iglesyang naiinggit sa ibang iglesya kapag ito ay lumalago at nagbibigay ng kaluwalhatian sa Diyos. Hindi pwedeng sabihing natutuwa sila sa katotohanan. Kung may espirituwal na pag-ibig sa puso natin, magagalak tayo kapag nakikita nating natutupad ang kaharian ng Diyos. Sama-sama tayong magsasaya kapag nakakakita tayo ng isang iglesyang lumalago at minamahal ng Diyos. Ito ay natutwa sa katotohanan at nagagalak sa ebanghelyo.

Pangalawa, nagagalak sa lahat ng bagay na nagmumula sa katotohanan

Ang kahulugan nito ay matuwa sa mga bagay na nakikita, naririnig, at ginagawa ayon sa katotohanan tulad ng kabutihan, pag-ibig, at kabanalan. Napapaiyak at naaantig ang damdamin ng mga natutuwa sa katotohanan kapag nakakarinig sila ng tungkol sa mabubuting gawa, kahit maliit na bagay lang ito. Nagpapatotoo sila na ang Salita ng Diyos ay katotohanan, at mas matamis pa sa pulot na nagmula sa pulot-pukyutan. Masaya sila sa pakikinig ng mga sermon at pagbabasa ng Biblia. Bukod dito nagagalak sila sa pagsasabuhay ng Salita ng Diyos. Masaya silang sinusunod ang Salita na nagsasabing, "paglingkuran, unawain, at patawarin" kahit mga taong nagpapahirap sa inyo.

Minahal ni David ang Diyos, gusto niyang magtayo ng templo para sa Kanya. Pero hindi siya pinayagan nito. Nakasulat sa 1 Mga Cronica 28:3 ang dahilan, "Hindi ka magtatayo ng bahay para sa Aking pangalan, sapagkat ikaw ay isang mandirigma at nagpadanak ng dugo." Hindi napigilan ni David na magpadanak ng dugo dahil lumaban siya sa maraming gera. Sa mata ng Diyos, hindi nababagay si David sa ganoong gawain.

Dahil hindi pwedeng siya mismo ang gumawa, inihanda ni David ang lahat ng materyales na kakailanganin para gamitin ng anak niyang si Solomon. Buong lakas ang paghahanda ni David sa lahat ng materyales, naging napakasaya niya sa ginawa niya. "Pagkatapos ay nagalak ang bayan, sapagkat ang mga ito'y kusang-loob na naghandog, sapagkat sila'y may dalisay na puso na kusang naghandog sa PANGINOON at si Haring David ay labis na nagalak" (1 Mga Cronica 29:9).

Tulad nito, magagalak ang mga taong natutuwa sa katotohanan kung masagana ang kalagayan ng ibang tao. Hindi sila naiinggit. Hindi nila kayang mag-isip sa kapwa tulad ng, "May mangyaring masama sana sa taong 'yan" o maging masaya kapag nalulungkot ang ibang tao. Kapag may masamang nangyayari, ikinalulungkot nila ito. Nagmamahal nang may kabutihan, hindi nagbabago, at may katapatan at karangalan ang mga taong natutuwa sa katotohanan. Nasisiyahan sila sa mabubuting salita at gawa. Natutuwa din ang Diyos sa kanila, nakasulat sa Sefanias 3:17, "Ang PANGINOON mong Diyos ay nasa gitna mo, isang mandirigma na magbibigay ng tagumpay; Siya'y magagalak sa iyo na may kagalakan; Siya'y tatahimik sa Kanyang pag-ibig; Siya'y magagalak sa iyo na may malakas na awitan."

Kahit hindi kayo natutuwa sa katotohanan sa lahat ng oras, hindi kayo dapat manghina o mabigo. Kung magsisikap kayo, papahalagahan ng Diyos ng pag-ibig ang pagsisikap na ito bilang pagpapakita ng tuwa sa katotohanan.

Pangatlo, nagtitiwala sa Salita ng Diyos at nagsisikap na magawa ito

Mahirap makahanap ng isang taong natutuwa sa katotohanan sa simula pa lang. Hangga't mayroong kadiliman at kasamaan ang kalooban natin, mag-iisip tayo ng masasamang bagay at matutuwa din sa kasalanan. Pero kung unti-unti tayong magbabago at iwakwaksi lahat ng kasamaan, lubos na tayong matutuwa sa katotohanan. Dapat tayong magsikap hanggang matupad ito.

Halimbawa, hindi masaya ang lahat ng tao sa pagdalo sa pagsamba. Maaaring pagod o may ibang iniisip ang mga bagong mananampalataya at ang mahihina ang pananampalataya. Baka iniisip nila kung sino ang nanalo sa basketball o kaya ay ninenerbiyos sa pulong na dadaluhan kinabukasan tungkol sa negosyo.

Pero ang pagpunta nila sa santuwaryo at pagdalo sa pagsamba ay nagpapakita ng pagsisikap na masunod ang Salita ng Diyos. Ito ay pagpapakita ng katuwaan sa katotohanan. Bakit natin ginagawa ito? Ito'y para maligtas tayo at makarating sa Langit. Dahil narinig natin ang Salita ng katotohanan at nagtitiwala tayo sa Diyos, naniniwala din tayo na mayroong paghuhukom, at mayroong Langit at Impiyerno. Dahil batid natin na may iba't ibang gantimpala sa Langit, nagsisikap tayong maging banal, at naglilingkod ng tapat sa buong sambahayan ng Diyos. Kahit hindi 100% ang tuwa natin sa katotohanan, kung magsisikap tayo ayon sa sukat ng pananampalataya natin, ito ay pagpapakita ng tuwa sa katotohanan.

Gutom at Uhaw Para sa Katotohanan

Dapat natural sa ating matuwa sa katotohanan. Katotohanan lang ang makakapagbigay sa atin ng buhay na walang hanggan at ganap na makakapagpabago sa atin. Kung narinig natin ang katotohanan, ang ebanghelyo, at isinasabuhay ito, magkakaroon tayo ng buhay na walang hanggan at magiging mga tunay na anak tayo ng Diyos. Dahil puno tayo ng pag-asa para sa kaharian ng langit at espirituwal na pag-ibig, magliliwanag ang mga mukha natin dahil sa kasiyahan. At kung mababago tayo ng katotohanan, sasaya tayo dahil pinagpapala at iniibig tayo ng Diyos, mamahalin tayo ng maraming tao.

Matuwa tayo sa katotohanan sa lahat ng oras, bukod dito, magutom tayo at mauhaw para dito. Kung magugutom at mauuhaw tayo, kakain at iinom tayo. Kung hinahangad natin ang katotohanan, maghangad tayo ng maalab, para mabilis tayong magbago ayon sa katotohanan. Gawin natin itong pagkain ng buhay natin. Panatilihin natin ang Salita ng Diyos, ang katotohanan, sa puso natin at sundin ito.

Kung nakatayo tayo sa harapan ng isang taong mahal na mahal natin, mahirap itago ang kasiyahan sa mukha natin. Ganito rin kapag minamahal natin ang Diyos. Sa ngayon, hindi pa tayo makakaharap sa Kanya ng tapatan, pero kung totoong minamahal natin Siya, makikita ito sa mukha natin. Ibig sabihin, kung makarinig o makakita tayo ng isang bagay tungkol sa katotohanan, magagalak at matutuwa tayo. Mapapansin ng mga tao sa paligid natin ang kasiyahang ito. Kapag inisip nain ang Diyos a ang Panginoon, mapapaluha tayo sa pagpapasalamat, maaantig ang puso natin sa maliliit na pagpapakita ng kabutihan.

Magiging magagandang hiyas na dekorasyon sa tahanan ng bawat isa sa Langit ang mga luhang nagmula sa kabutihan, sa pagpapasalamat, at pagkalungkot para sa ibang mga kaluluwa. Matuwa tayo sa katotohanan para maging patotoo ang mga buhay natin na tayo ay minamahal ng Diyos.

Mga Katangian ng Espirituwal na Pag-ibig II

6. Hindi Magaspang ang Kilos

7. Hindi Ipinipilit ang Sariling Kagustuhan

8. Hindi Magagalitin

9. Hindi Nagtatala ng mga Pagkakamali

10. Hindi Natutuwa sa Masamang Gawa

11. Natutuwa sa Katotohanan

12. Pinapasan ang Lahat ng Bagay

Maraming bagay ang dapat nating pasanin kapag tinanggap natin si Jesu-Cristo at sinisikap isabuhay ang Salita ng Diyos. Tiisin natin ang mga nakakagalit na situwasyon. Dapat din tayong matututong magtimpi sa pagnanasa nating sundin ang sariling kagustuhan. Ito ang dahilan kung bakit Inilarawan ang unang katangian ng pag-ibig na matiisin.

Ang pagtitiis ay pakikipaglaban sa sariling kalooban na nararanasan ng isang tao habang iwinawaksi niya ang kasamaan mula sa puso niya. Mas malawak ang kahulugan ng 'pinapasan ang lahat ng bagay'. Pagkatapos nating hubugin ang katotohanan sa puso natin sa pamamagitan ng pagtitiis, dapat nating pasanin ang lahat ng sakit ng kalooban na mararanasan natin mula sa ibang tao. Ibig sabihin, pagpasan ng mga bagay na hindi ayon sa espirituwal na pag-ibig.

Dumating si Jesus dito sa mundo para iligtas ang mga makasalanan, anong ginawa sa Kanya ng mga tao? Mabubuting bagay ang ginawa Niya, pero pinagtawanan, tinalikuran, at binalewala Siya ng mga tao. Sa bandang huli, ipinako Siya sa krus. Gayon pa man, ipinasan ni Jesus ang lahat ng ito. Nagpatuloy Siya sa pananalangin para sa kanila. Sinabi Niya, "Ama, patawarin Mo sila, sapagkat hindi nila nalalaman ang kanilang ginagawa" (Lucas 23:34).

Anong naging resulta ng pagmamahal ni Jesus sa lahat ng tao at pagpasan Niya ng lahat ng bagay? Kahit na sinong tumanggap sa Kanya bilang sariling Tagapagligtas ay maliligtas at magiging anak ng Diyos. Malaya na tayo mula sa kamatayan at mayroong buhay na walang hanggan.

May kasabihan ang mga Koreano, "Grind an axe to make a needle" (dikdikin ang palakol para makagawa ng karayom), ibig sabihin, sa pamamagitan ng pagtitiis at pagtitiyaga, matatapos natin ang kahit na anong mahirap na gawain. Ilang oras ng pagtatrabaho ang kinakailangan para dikdikin ang bakal na palakol para magkaroon ng isang matulis na karayom? Mukhang imposibleng gawin, mas mabuti pang ipagbili na lang ang palakol para makabili ng mga karayom.

Pero niloob ng Diyos gawin ang pagpapasakit na ito dahil Siya ang Panginoon ng ating espiritu. Hindi Siya magagalitin, ipinapasan Niya tayo ng may awa at kabutihang-loob dahil iniibig Niya tayo. Hinuhubog at pinagbubuti Niya ang mga tao kahit kasintigas ng bakal ang mga puso nila. Kahit parang walang pag-asang maging tunay na anak Niya ang isang tao, naghihintay Siya.

Hindi Niya babaliin ang tambong nasugatan, o papatayin ang nagbabagang mitsa, hanggang ang katarungan ay dalhin Niya sa tagumpay (Mateo 12:20).

Magpahanggang ngayon ipnapasan ng Diyos ang sakit na nagmumula sa mga masasamang gawain ng tao, naghihintay Siya sa atin ng may kagalakan. Tinitiis at hinihintay Niya ang pagbabago ng mga tao sa kabutihan kahit libu-libong taon na ang kasamaan nila. Kahit tinalikuran nila ang Diyos at naglingkod sa mga diyus-diyosan, ipinakita Niya na Siya ang tunay na Diyos, nagtiis ng may pananampalataya. Kung sabihin ng Diyos,

"Napakasama mo, wala kang pag-asa, hindi na kita tutulungan!" Sa palagay ninyo, ilang tao kaya ang maliligtas?

Gaya ng sinabi sa Jeremias 31:3, "Inibig kita ng isang walang-hanggang pag-ibig, kaya't ipinagpatuloy Ko ang Aking kagandahang-loob sa iyo." Ginagabayan tayo ng Diyos ng walang hanggan at walang katapusang pag-ibig Niya.

Sa pagmiministeryo ko bilang pastor sa isang malaking iglesya, nagkaroon na ako ng kaunting pag-unawa ng pagtitiis ng Diyos. May mga taong maraming kahinaan at kapintasan, pero dahil batid ko ang kalooban ng Diyos, nananampalataya ako na darating ang araw na magbabago sila at luluwalhatiin ang Diyos. Maraming lumago sa kanila at naging mabubuting lider ng iglesya dahil pinagtiisan ko sila ng paulit-ulit nang may pananampalataya.

Nililimot ko ang pagtitiyagang ginagawa ko para sa kanila, sandali lang naman ito. Nakasulat sa 2 Pedro 3:8, "Subalit huwag ninyong kaligtaan ang katotohanang ito, mga minamahal, ang isang araw sa Panginoon ay tulad ng sanlibong taon, at ang sanlibong taon ay tulad ng isang araw." Naiintindihan ko ang kahulugan ng talatang ito. Ipinasan ng Diyos ang lahat ng bagay sa loob ng mahabang panahon, pero para sa Kanya, sandali lang ito. Unawain at pahalagahan natin ang pag-ibig ng Diyos, at sa pamamagitan nito, mahalin natin ang lahat ng tao sa paligid natin.

13. Pinaniniwalaan ang Lahat ng Bagay

Kung totoong minamahal ninyo ang isang tao, paniniwalaan ninyo ang lahat ng bagay tungkol sa kanya, kahit mayroon siyang mga kapintasan. Pinagbuklod ng pagmamahal ang mag-asawa. Kung hindi sila nagmamahalan, ibig sabihin, wala silang tiwala sa isa't isa. Pag-aawayan nila ang lahat ng bagay, at pagdududahan ang lahat ng bagay tungkol sa asawa nila. At mas malala pa, iisipin nilang hindi tapat ang asawa nila, sasaktan nila ang damdamin ng isa't isa. Magiging lubos ang pagtitiwala nila sa isa't isa kung tunay ang pagmamahalan nila. Maniniwala sila na mabuting tao ang asawa nila at magiging mahusay din ito. Pagkatapos, dahil pinagtiwalaan nila ito, magiging pinakamahusay sa piniling gawain ang asawa nila. Magtatagumpay ito sa kahit na anong bagay.

Pwedeng gawing pamantayan sa pagsukat ng kapangyarihan ng pagmamahal ang tiwala at paniniwala. Samakatwid, para lubos na paniwalaan ang Diyos dapat nating Siyang lubos na mahalin. Tinawag na kaibigan ng Diyos si Abraham, ang ama ng pananampalataya. Sinunod niya ang utos ng Diyos na ialay ang kaisa-isang anak niyang si Isaac nang walang pag-aalinlangan. Nagawa niya ito dahil lubos ang pagmamahal niya sa Diyos. Nakita ng Diyos ang pananampalataya ni Abraham, tinanggap Niya ito.

Ang pag-ibig ay paniniwala. Lubos na maniniwala sa Diyos ang mga lubos na nagmamahal sa Kanya. Pinaniniwalaan nila ng 100% ang Salita ng Diyos. At dahil pinaniniwalaan nila ang lahat ng bagay, ipinapasan nila ang mga ito. Dapat tayong maniwala para maipasan natin ang lahat ng bagay na hindi ayon sa pag-ibig. Ibig sabihin, aasahan natin ang lahat ng bagay, lilinisin ang mga puso mula sa mga bagay na laban sa pag-ibig kung paniniwalaan natin ang lahat ng Salita ng Diyos.

Hindi tayo naniwala sa Diyos dahil nauna tayong magmahal sa Kanya, Siya ang naunang nagmahal sa atin. At dahil pinaniwalaan natin ang katotohanang ito, minamahal natin Siya. Paano Niya tayo minahal? Ibinigay Niya ang bugtong Niyang anak para sa atin, mga makasalanan, para maligtas tayo.

Sa simula, minahal natin ang Diyos dahil naniwala tayo sa katotohanang ito. Pero kung huhubugin natin ng lubos ang pagmamahal, dadating tayo sa punto na lubos tayong maniniwala dahil nagmamahal tayo. Ang kahulugan ng paghubog ng lubos na pagmamahal ay naiwaksi na natin ang lahat ng kasamaan mula sa puso natin. Kung mabuti ang puso natin, bibigyan tayo ng Diyos ng espirituwal na pananampalataya, pwede na tayong maniwala ng taos-puso. Hindi na natin pagdududahan ang Salita ng Diyos, magiging matatag ang pagtitiwala natin sa Kanya. At kung huhubugin natin ang espirituwal na pag-ibig, pagtitiwalaan natin ang lahat ng tao. Hindi dahil karapat-dapat silang pagtiwalaan, kundi dahil sumasampalataya tayo, kahit puno sila ng kakulangan at kapintasan.

Dapat nakahanda tayong paniwalaan kahit anong klaseng tao. Maniwala din tayo sa sarili natin. Sumampalataya tayo sa Diyos na babaguhin Niya tayo, kahit marami tayong kapintasan. Palaging sinasabi sa atin ng Banal na Espiritu, "Kaya mo 'yan! Tutlungan kita!" Kung paniniwalaan ninyo ito, at sasabihing, "Mas magiging mabuti ako, pwede akong magbago", gagawin ito ng Diyos, ayon sa pananampalataya natin. Napakasarap maniwala!

Naniniwala din ang Diyos sa atin, naniwala Siya na mababatid natin ang tungkol sa pag-ibig Niya at maliligtas. Dahil sumasampalataya Siya, ibinigay Niya ang bugtong na Anak Niyang si Jesus para ipako sa krus. Naniniwala Siya na maliligtas kahit ang mga hindi pa naniniwala sa Panginoon, papanig sila sa Diyos. Naniniwala Siya na magbabago ang mga tumanggap sa Panginoon, mga anak na tunay na tumutulad sa Kanya. Sa pamamagitan ng pag-ibig ng Diyos, maniwala tayo sa lahat ng klase ng tao.

14. Inaasahan ang Lahat ng Bagay

Ang mga sumusunod ay nakasulat sa isang puntod sa Westminster Abbey sa UK, "Noong kabataan ko, sinikap kong baguhin ang mundo, pero hindi ko nagawa. Pagtanda ko, sinikap kong baguhin ang pamilya ko, pero hindi ko nagawa. Nang malapit na akong mamatay, nabatid ko na nabago ko sana ang mga bagay na ito kung ako mismo ang nagbago."

Kadalasan, sinisikap na baguhin ng isang tao ang kapwa niya kung ayaw niya sa ugali nito. Pero parang imposibleng magawa ito. Pinag-aawayan nga ng mga mag-asawa ang napakaliliit na bagay tulad ng pagpisil ng toothpaste. Magbago muna tayo bago natin baguhin ang ibang tao. Hintayin nating magbago sila, mahalin natin sila at taos-pusong asahan ang pagbabago nila.

Ang kahulugan ng inaasahan ang lahat ng bagay ay paghahangad at paghihintay na matupad ang lahat ng bagay na pinaniniwalaan ninyo. Halimbawa, kung mahal natin ang Diyos, paniniwalaan natin ang lahat ng Salita Niya, at aasahan na mangyayari ang lahat ng bagay ayon dito. Umaasa kayo na darating ang araw na magmamahalan kayo ng Diyos Ama sa napakagandang kaharian ng langit magpakailanman. Ito ang dahilan kung bakit ipinapasan ninyo ang lahat ng bagay para isulong ang buhay ninyo bilang mananampalataya. Pero, paano kung walang pag-asa?

Ang mga taong hindi naniniwala sa Diyos ay hindi pwedeng umaasa sa kaharian ng langit. Nabubuhay sila ayon sa mga hangarin nila, hindi sila umaasa sa hinaharap. Nag-iimbak sila ng maraming bagay at nagsisikap para matupad ang kasakiman nila.

Pero wala pa rin silang tunay na kasiyahan. Nabubuhay sila na takot sa hinaharap.

Sa kabilang banda, umaasa sa kaharian ng langit ang mga naniniwala sa Diyos. Pinipili nila ang makipot na daan. Bakit natin tinatawag itong makipot na daan? Makipot ito sa mata ng mga hindi naniniwala sa Diyos. Kung tinanggap natin si Jesu-Cristo at naging tunay na mga anak tayo ng Diyos, mananatili tayo sa iglesya buong araw tuwing Linggo at dadalo tayo sa mga pagsamba. Hindi tayo magsisiya sa mga bagay sa labas ng iglesya. Magboboluntaryo tayo ng paglilingkod para sa kaharian ng Diyos at mananalangin na maisabuhay ang Salita Niya. Kung walang pananampalataya, napakahirap gawin ng mga bagay na ito, kaya sinasabing makipot ang daang ito.

Sa 1 Mga Taga-Corinto 15:19, sinabi ni apostol Pablo, "Kung para sa buhay na ito lamang tayo umaasa kay Cristo, sa lahat ng mga tao ay tayo ang pinakakawawa." Kung titingnan natin ang buhay sa makalaman na paraan, napakabigat gumawa at magpasan. Pero kung may inaasahan tayo, hindi tayo mahihirapan. Magiging masaya tayo kung kasama natin ang mga mahal natin sa buhay kahit maliit lang ang bahay natin. At gaano kaya ang kasayahan natin kung iisipin ang katotohanang makakasama natin ang minamahal nating Panginoon sa Langit magpakailanman! Dahil sa tunay na pag-ibig, hindi nagbabago ang paghihintay at pag-asa natin hanggang matupad ang lahat ng bagay na inaasahan natin.

Ang umasa ng may pananampalataya sa lahat ng bagay ay makapangyarihan. Halimbawa, tinatamad mag-aral ang isa sa mga anak ninyo. Kung naniniwala kayo na magbabago siya, aasa kayong mangyayari ito. Ang pagtitiwala ng mga magulang sa mga anak nila ay magbibigay ng lakas ng loob sa kanila para maging mas magaling at magkaroon ng tiwala sa sarili. Ang mga anak na may tiwala sa sarili ay may pananampalatayang magagawa nila ang lahat ng bagay. Makakaya nilang pagtagumpayan ang mga kahirapan, at kung ganito ang pananaw nila sa buhay, mas magiging magaling sila sa eskwelahan.

Katulad din ito ng pangangalaga natin sa mga kaluluwa sa iglesya. Huwag tayong manghinuha sa kahit na sinong tao. Huwag nating sabihing, "Parang napakahirap baguhin ng taong iyon," o kaya "Hindi siya magbabago." Dapat nating asahan ang pagbabago nila dahil sa pag-ibig ng Diyos. Ipagpatuloy natin ang paniniwala at pananalangin para sa kanila, palakasin natin ang loob nila, sabihin natin sa kanilang, "Kaya mo 'yan!"

15. Tinitiis ang Lahat ng Bagay

Sinasabi ng 1 Mga Taga-Corinto 13:7, "Pinapasan nito [ng pag-ibig] ang lahat ng bagay, pinaniniwalaan ang lahat ng bagay, inaasahan ang lahat ng bagay, tinitiis ang lahat ng bagay." Kung nagmamahal kayo, kaya ninyong tiisin ang lahat ng bagay. Ano ang kahulugan ng 'pagtitiis'? Kapag tiniis natin ang mga bagay na hindi ayon sa pag-ibig, may kasunod pang mangyayari, hindi ito nagtatapos dito. Kapag malakas ang hangin sa lawa o dagat, magkakaroon ng alon. Kahit humina ang hangin, mayroon pa ring maliliit na alon. Maraming bagay pa ang pwedeng mangyari pagkatapos ng pagtitiis.

Halimbawa, sinabi ni Jesus sa Mateo 5:39, "'Huwag ninyong labanan ang masamang tao.' At kung ikaw ay sampalin ng sinuman sa kanang pisngi, iharap mo rin sa kanya ang kabila." Ibig sabihin, huwag ninyong gantihan ang masama ng kasamaan, tiisin lang ninyo. Kung titiisin ninyo, tapos na ba ang problema? Hindi, may kasunod pa ito. Siyempre nasaktan kayo, masakit ang pisngi ninyo, pero mas masakit ang kalooban ninyo. May iba't ibang dahilan ang sakit ng kalooban ng bawat tao. May mga masakit ang kalooban dahil iniisip nilang sinampal sila ng walang dahilan. Nagagalit sila. Masakit naman ang kalooban ng iba at nalulungkot dahil iniisip nilang ginalit nila ang ibang tao. May mga nalulungkot naman kapag nakita nila ang isang kapatid na hindi marunong magtimpi, nananakit siya sa halip na kausapin ang taong kinagagalitan niya.

Pwede ring makita sa mga pangyayari ang resulta ng pagtitis. Halimbawa, may sumampal sa kanang pisngi ninyo, iniharap ninyo ang kaliwa ayon sa Salita. Sinampal niya ulit kayo sa kaliwang pisngi, tiniis pa rin ninyo ito bilang pagsunod sa Salita. Sa nangyaring ito, mas lumaki ang problema, mas lumala ang situwasyon.

Ganito ang nangyari kay Daniel. Hindi siya nakipagkasundo kahit alam niyang itatapon siya sa kulungan ng mga leon. Dahil minamahal niya ang Diyos, hindi siya huminto sa pananalangin kahit may banta sa buhay niya. Hindi rin niya ginantihan ng masama ang mga taong gustong pumatay sa kanya. Ngayon, nakatulong ba sa situwasyon niya ang pagsunod niya sa Salita ng Diyos? Hindi! Itinapon siya sa kulungan ng mga leon!

Maaaring iniisip natin na mawawala ang mga pagsubok kung titiisin natin ang mga bagay na hindi ayon sa pag-ibig. Ano ang dahilan ng mga pagsubok? Kalooban ng Diyos na gawin tayong perpekto at bigyan tayo ng mga kamangha-manghang mga biyaya. Ang taniman ay mamumunga ng malusog at matatag na ani kung kakayanin nila ang ulan, hangin, at nakakapasong init ng araw. Ganito ang kalooban ng Diyos, nais Niya na maging mga tunay na anak Niya tayo na dumaan sa mga pagsubok.

Ang mga Pagsubok ay Biyaya

Ginugulo ng kaaway na diyablo at Satanas ang mga anak ng Diyos kapag nagsisikap silang manahan sa Liwanag. Palaging hinahanap ni Satanas ang lahat ng posibleng dahilan para maakusahan ang mga tao. At kapag may nakita siyang kahit na maliit na bahid, mang-aakusa na siya. Isang halimbawa ay kung may taong gumawa ng masama sa inyo. Tiniis ninyo ito, pero masama ang loob ninyo. Batid ito ng kaaway na diyablo at Satanas, aakusahan nila kayo dahil dito. Kaya, papayagan ng Diyos ang mga pagsubok ayon sa mga akusasyong ito. Hangga't hindi nakikitang wala na tayong kasamaan sa puso natin, magkakaroon tayo ng mga pagsubok na tinatawag na 'pagpapadalisay na mga pagsubok'. Siyempre, dadating sa atin ang mga pagsubok kahit naiwaksi na natin ang lahat ng mga kasalanan at naging lubos ang pagkabanal. Pinapayagan ang mga pagsubok na ito para magkaroon tayo ng mas malalaking pagpapala. Dahil dito, hindi tayo nananatili sa antas na 'hindi masama', kundi, magkakaroon tayo ng mas dakilang pagmamahal, at mas perpektong kabutihan, walang bahid at dungis.

Hindi lang ito tungkol sa mga biyayang para sa sarili; ganito rin ang paraan kapag nagsisikap tayo sa pagtupad ng kaharian ng Diyos. Dapat maabot ang tamang sukat ng katarungan para makapagpakita ang Diyos ng dakilang kapangyarihan. Sa pagpapakita ng dakilang pananampalataya at mga gawa na may pagmamahal, patunayan nating mayroon tayong sisidlan na nakahandang tumanggap ng kasagutan para hindi ito mapigilan ng kaaway na diyablo.

Kaya kung minsan, hinahayaan ng Diyos ang mga pagsubok. Kung matiis natin ang mga ito ng may kabutihan at pag-ibig, mas dakilang luwalhati ang maibibigay natin sa Diyos at may mas malaking tagumpay, bibigyan Niya tayo ng mas maraming gantimpala. Tiyak na tatanggap kayo ng malalaking biyaya, lalo na kung mapapagtagumpayan ninyo ang mga pag-uusig at kahirapan na pagdadaanan ninyo para sa Panginoon. "Mapapalad kayo kapag kayo ay nilalait, inuusig, at pinagsasabihan ng sari-saring kasamaan na pawang kasinungalingan dahil sa Akin. Magalak kayo at magsaya, sapagkat gayundin nila inusig ang mga propeta na nauna sa inyo" (Mateo 5:11-12).

Ipasan, Paniwalaan, Asahan, at Tiisin ang Lahat ng Bagay

Kung paniniwalaan at aasahan ninyo ang lahat ng bagay ng may pag-ibig, magtatagumpay kayo sa lahat ng klaseng pagsubok. Paano tayo maniniwala, aasa, at magtitiis ng lahat ng bagay?

Una, dapat nating paniwalaan ang pag-ibig ng Diyos hanggang sa huli, kahit may mga pagsubok

Sinasabi ng 1 Pedro 1:7, "...upang ang kadalisayan ng inyong pananampalataya na mas mahalaga kaysa gintong nasisira, bagama't ito'y sinusubok sa pamamagitan ng apoy, ay mauwi sa kapurihan, kaluwalhatian, at karangalan sa pagpapakita ni Jesu-Cristo." Hinuhubog Niya tayo para magkaroon tayo ng mga katangiang pupurihin, luluwalhatiin, at pararangalan kapag natapos na ang buhay natin dito sa mundo.

Maaaring makakaranas tayo ng hindi makatarungang pagdurusa kapag isinasabuhay natin ang Salita ng Diyos at hindi tayo nakikipagkasundo sa mundo. Kapag nangyari ito, maniwala tayong tumatanggap tayo ng espesyal na pag-ibig mula sa Diyos. At sa halip na manghina ang loob, magpapasalamat tayo dahil dinadala tayo ng Diyos sa mas mabuting tirahan sa Langit. Pagtiwalaan natin ang pag-ibig ng Niya hanggang sa katapusan, maaaring masaktan ang kalooban nati sa mga pagsubok ng pananampalataya.

Kung matindi at matagal ang sakit ng kalooban, pwedeng

isipin natin, "Bakit hindi ako tinutulungan ng Diyos? Hindi na ba Niya ako mahal?" Pero sa mga pagkakataong ito, alalahanin natin ang pag-ibig Niya, tiisin natin ang pagsubok. Dadalhin tayo ng Diyos Ama sa mas magandang tirahan sa Langit dahil mahal Niya tayo. Kung magtitiis tayo hanggang sa katapusan, magiging perpektong mga anak Niya tayo. "At inyong hayaan na malubos ng pagtitiis ang gawa nito, upang kayo'y maging sakdal at ganap, na walang anumang kakulangan" (Santiago 1:4).

Pangalawa, para matiis ang lahat ng bagay, paniwalaan natin na ang mga pagsubok ay magpapabilis ng katuparan ng mga inaasahan natin

Sinasabi ng Mga Taga-Roma 5:3-4, "At hindi lamang gayon, kundi nagagalak rin tayo sa ating mga kapighatian sa pagkaalam na ang kapighatian ay nagbubunga ng pagtitiis, at ang pagtitiis ng pagpapatibay at ang pagpapatibay ng pag-asa." Ang kapighatian ay magpapabilis ng pagtupad ng mga inaasahan natin. Baka iniisip ninyo, "Kailan kaya ako magbabago?" Kung magtitiis kayo at magpapatuloy sa pagbabago sa bawat pagkakataon, unti-unti kayong magiging tunay at perpektong mga anak ng Diyos na tumutulad sa Kanya.

Kaya huwag ninyong iwasan ang mga pagsubok kapag dumating ito, sikapin ninyong maipasa ang mga ito. Siyempre, natural lang sa isang tao na piliin ang madaling landas, pero kung iiwas tayo sa mga pagsubok, mas magiging mahaba ang paglalakbay natin. Halimbawa, may isang taong palaging nagbibigay sa inyo ng problema. Naiinis kayo sa tuwing makikita ninyo ito pero hindi ninyo ipinapahalata. Iniiwasan na lang ninyo ang taong ito. Dapat ninyong pagtagumpayan ang problemang ito, huwag ninyong balewalain. Pagtiisan ninyo ang problema ninyo sa kanya, sikapin ninyong unawain at patawarin ang taong ito. Pagpapalain kayo ng Diyos at babaguhin ang kalooban ninyo. Ang bawat isang pagsubok ay magiging daan sa mabilis na katuparan ng inyong mga inaasahan.

Pangatlo, gumawa ng mabuti, para mapagtiisan ang lahat ng bagay

Kadalasan, nagrereklamo laban sa Diyos ang mga tao kapag nagtiis sila at pagkatapos dadanasin pa nila ang resulta ng pagtitiis na iyon ayon sa Salita ng Diyos. Sinasabi nila, "Bakit ganito pa rin ang nangyayari kahit sumunod ako sa Salita?" Nagmumula sa kaaway na diyablo at Satanas ang lahat ng pagsubok ng pananampalataya. Ibig sabihin ang mga pagsubok ay labanan sa pagitan ng mabuti at masama.

Para magtagumpay sa espirituwal na labanan, dapat tayong lumaban ayon sa batas ng espirituwal na kaharian. Kabutihan ang magatagumpay ayon sa batas ng espirituwal na kaharian. Sinasabi ng Mga Taga-Roma 12:21, "Huwag kang padaig sa masama, kundi daigin mo ng mabuti ang masama." Kung magiging mabuti tayo, parang talo tayo sa paningin ng ibang tao, pero sa totoo, panalo tayo. Ito'y sapagkat ang makatarungan at mabuting Diyos ang namamahala sa tagumpay, kasawian, buhay, at kamatayan ng lahat ng tao. Samakatwid, kapag humaharap tayo sa mga pagsubok at pag-uusig, kumilos tayo ayon sa kabutihan.

Kung minsan, may mga mananampalatayang inuusig ng

pamilya nilang hindi Cristiano. Baka iniisip ng mga mananampalatayang ito, "Bakit masama ang asawa ko?" Pagkatapos, mas lalala at hahaba pa ang pagsubok. Anong mabuting makikita sa situwasyong ito? Dapat idalangin ninyo sila nang may pagmamahal at paglingkuran sa Panginoon. Dapat kayo ang maging ilaw na nagliliwanag sa inyong pamilya.

Kung puro kabutihan ang ipapakita ninyo sa kanila, kikilos ang Diyos sa oras na niloob Niya. Itataboy Niya ang kaaway na diyablo at Satanas, at hahaplusin ang puso ng mga miyembro ng pamilya ninyo. Malulutas ang lahat ng problema kung magpapakita kayo ng kabutihan ayon sa batas ng Diyos. Ang pinakamakapangyarihang sandata sa espirituwal na labanan ay hindi ang kapangyarihan at talino ng tao kundi ang kabutihan ng Diyos. Kaya gumawa tayo ng mabubuting bagay at magtiis tayo nang may kabutihan.

Mayroon ba sa mga tao sa paligid ninyo na mahirap pakisamahan at mahirap tiisin? Palaging nagkakamali ang ibang tao, naninira, at nagpapahirap sa iba. May mga mareklamo, at nagmamaktol pa sa maliliit na bagay. Pero kung huhubugin ninyo sa kalooban ninyo ang tunay na pagmamahal, lahat ng tao ay pwede ninyong pagtiisan. Ito'y dahil mamahalin ninyo ang iba tulad ng pagmamahal ninyo sa sarili. Sinabi ni Jesus, "Ibigin mo ang iyong kapwa na gaya ng iyong sarili" (Mateo 22:39).

Inuunawa at tinitiis tayo ng Diyos Ama tulad nito. Para kayong mga kabibe o talaba na gumagawa ng perlas habang hinuhubog ninyo ang pag-ibig sa kalooban ninyo. Kapag pumasok sa pagitan ng shell at ng laman ng talaba o kabibe ang buhangin, halamang dagat, o kahit maliit na shell nagiging mahalagang perlas ito! Tulad nito, kung huhubugin natin ang espirituwal na pag-ibig, dadaan tayo sa pintong perlas at papasok sa Bagong Jerusalem, kung saan makikita ang trono ng Diyos.

Isipin ninyo ang pagpasok ninyo sa perlas na pinto, at magbalik-tanaw kayo sa nakaraang panahon ninyo dito sa mundo. Dapat masabi natin sa Diyos Ama, "Salamat sa pagpasan, paniniwala, at pagtitiis ng lahat ng bagay para sa akin," dahil hinubog Niya ang mga puso natin para maging kasing-ganda ng mga perlas.

Mga Katangian ng Espirituwal na Pag-ibig III

12. Pinapasan ang Lahat ng Bagay

13. Pinaniniwalaan ang Lahat ng Bagay

14. Inaasahan ang Lahat ng Bagay

15. Tinitiis ang Lahat ng Bagay

Perpektong Pag-ibig

"Ang pag-ibig ay walang katapusan. Subalit maging mga propesiya ay matatapos; maging mga wika ay titigil; maging kaalaman ay lilipas. Sapagkat ang nalalaman natin ay bahagi lamang at nagsasalita tayo ng propesiya nang bahagi lamang; subalit kapag ang sakdal ay dumating, ang bahagi lamang ay magwawakas. Nang ako'y bata pa, nagsasalita akong gaya ng bata, nangangatuwiran akong gaya ng bata. Ngayong ganap na ang aking pagkatao, ay iniwan ko na ang mga bagay ng pagkabata. Sapagka't ngayo'y malabo nating nakikita sa isang salamin, ngunit pagkatapos nito ay makikita natin nang mukhaan. Ngayo'y bahagi lamang ang nalalaman ko, ngunit pagkatapos ay lubos kong mauunawaan kung papaanong ako ay lubos na nakikilala. At ngayon ay nananatili ang tatlong ito: ang pananampalataya, pag-asa, at pag-ibig, ngunit ang pinakadakila sa mga ito ay pag-ibig."

(1 Mga Taga-Corinto 13:8-13)

Kung pwede kayong magdala ng isang bagay pagpunta ninyo sa Langit, ano kaya ito? Ginto? Brilyante? Pera? Hindi pakikinabangan sa Langit ang lahat ng ito. Purong ginto ang kalyeng lalakaran ninyo sa Langit. Ang inihandang mga bagay ng Diyos Ama sa Langit para sa inyo ay napakaganda at napakamahalaga. Batid ng Diyos ang kalooban natin, inihahanda Niya ang pinakamahusay ng buong pagsisikap. Pero may isang bagay na pwede nating dalhin doon mula dito sa mundo, mahalaga din ito sa Langit. Ito ay pag-ibig. Ang pag-ibig na hinubog natin sa ating puso habang narito pa tayo sa mundo.

Kailangan Din ng Pag-ibig sa Langit

Kapag pumunta na tayo sa kaharian ng langit sa pagtatapos ng pangangalaga ng sangkatauhan, lahat ng bagay dito sa mundo ay mawawala (Pahayag 21:1). Sinasabi ng Mga Awit 103:15, "Tungkol sa tao, ang kanyang mga araw ay parang damo, siya'y lumalagong gaya ng bulaklak sa parang." lahat ang mga bagay na hindi madaling sukatin tulad ng kayamanan, katanyagan at kapangyarihan ay mawawala rin. Lahat ng kasalanan at kadiliman tulad ng galit, alitan, inggit, at selos ay mawawala.

Pero sinasabi sa 1 Mga Taga-Corinto 13:8-10, "Ang pag-ibig ay walang katapusan. Subalit maging mga propesiya ay matatapos; maging mga wika ay titigil; maging kaalaman ay lilipas. Sapagkat ang nalalaman natin ay bahagi lamang at nagsasalita tayo ng propesiya nang bahagi lamang; subalit kapag ang sakdal ay dumating, ang bahagi lamang ay magwawakas."

Espirituwal na mga bagay ang kaloob ng pagpopropesiya, pagsasalita ng mga wika, karunungang mula sa Diyos, bakit mawawala ang mga ito? Nasa espirituwal na kaharian ang Langit, perpekto ang lugar na ito. Maliwanag nating maiintindihan ang lahat ng bagay sa Langit. Kahit na nakikipag-ugnayan tayo sa Diyos at nagpopropesiya, ibang-iba ito sa pag-unawa ng lahat ng bagay sa kaharian ng langit sa darating na araw. Mauunawaan natin ng malinaw ang kalooban ng Diyos Ama at ng Panginoon kaya hindi na kailangan ang mga propesiya.

Pareho din nito ang pagsasalita ng mga wika. Ang itinutukoy na 'mga wika' dito ay iba't ibang salita. Maraming salita dito sa mundo ngayon, kaya para kausapin ang mga tao na may ibang salita, dapat ninyong pag-aralan ang salita nila. Dahil sa magkakaibang kultura, kailangan natin ng maraming oras at pagsisikap para maibahagi sa iba ang ating kalooban at saloobin. Kahit magkapareho ang salita, hindi natin lubos na mauunawaan ang kalooban at saloobin ng ibang tao. Kahit mahusay tayong magsalita, hindi natin maiihatid ang nilalaman ng puso natin ng 100%. Dahil sa salita, nagkakaroon ng mga hindi pagkakaunawaan at pag-away. Napakarami ding mali ng salita.

Hindi na natin aalalahanin ang mga bagay na ito kapag nasa Langit na tayo. Iisa lang ang salita sa Langit. Hindi na kailangang mag-alala na hindi magkakaintindihan ang mga tao. Hindi na magkakaroon ng mga hindi pagkaka-unawaan o hindi matuwid na opinyon dahil nasasabi ng tahasan ang nilalaman ng puso.

Tumutukoy din ito sa kaalaman. Ang 'kaalaman' dito ay kaalaman sa Salita ng Diyos. Dito sa mundo, masipag tayong mag-aral ng Salita ng Diyos. Sa pamamagitan ng 66 na aklat ng Biblia, natutuhan natin kung paano tayo maliligtas at magkakaroon ng buhay na walang hanggan. Natutuhan natin ang kalooban ng Diyos, pero bahagi lang ito, ito lang ang kailangan natin gawin para makapunta sa Langit.

Halimbawa, narinig, natutuhan, at ginawa natin ang 'Ibigin

ang inyong kapwa,' 'Huwag mainggit, huwag magselos', at iba pa. Pero sa Langit, mayroong pag-ibig. Hindi na natin kailangan ang ganitong kaalaman doon. Kahit espirituwal na mga bagay ang propesiya, iba't ibang wika, at lahat ng kaalaman, mawawala ang lahat ng ito sa katapusan. Ito'y sapagkat pansamantala lang itong kinailangan dito sa pisikal na mundo.

Kaya mahalagang malaman ang Salita ng katotohanan, at ang tungkol sa Langit. Pero pinakamahalaga ang paghubog ng pag-ibig. Kung lilinisin natin ang puso natin at huhubugin ang pag-ibig, makakarating tayo sa mas mabuting tirahan sa Langit.

Walang Hanggan ang Kahalagahan ng Pag-ibig

Alalahanin ninyo ang panahong umibig kayo sa unang pagkakataon, napakasaya ninyo, hindi ba? Sinasabing nabubulag tayo kapag wagas ang pagmamahal natin sa isang tao. Mabubuting bagay lang ang nakikita natin sa taong iyon at parang napakaganda ng mundo. Mas maliwanag ang sikat ng araw, at mabango ang simoy ng hangin. May mga ulat mula sa siyensya na nagsasabing ang bahagi ng utak ng tao na nakatuon sa mga negatibong saloobin ay hindi gumagana sa mga taong umiibig. Tulad nito, kung puno ng pag-ibig ng Diyos ang puso ninyo, napakasaya ninyo, kahit hindi kayo kumain. Sa Langit, ang kagalakan tulad nito ay walang katapusan.

Ang buhay natin dito sa mundo ay parang buhay ng isang bata kung ikukumpara sa magiging buhay natin sa Langit. Kakaunting madadaling salita lang ang nasasabi ng isang batang nagsisimula pa lang magsalita, tulad ng 'mama' at 'papa'. Hindi niya masabi ng malinaw at detalyado ang mga salita. Hindi rin maintindihan ng mga bata ang mga kumplikadong bagay na pinag-uusapan ng matatanda. Nagsasalita, umuunawa, at nag-iisip ang mga bata sa hangganan ng kaalaman at kakayahan nila bilang mga bata. Wala pa silang tamang konsepto sa halaga ng pera, kaya kung papipiliin sila sa pagitan ng perang papel o barya. Ang pipiliin nila ay barya. Ito'y sapagkat alam nila na ang barya ang nakakabili ng mga kendi at sorbetes. Hindi nila batid ang halaga ng perang papel.

Maitutulad dito ang pag-unawa natin tungkol sa Langit habang nabubuhay tayo dito sa mundo. Batid nating magandang lugar ang Langit, pero hindi natin totoong maiilarawan ang kagandahan nito.Walang limitasyon sa kaharian ng langit, kaya lubos na maipapahayag ang kagandahan nito. Kapag nasa Langit na tayo, mauunawaan natin ang walang limitasyon at mahiwagang espirituwal na kaharian at kung papaano gumagalaw ang lahat ng bagay. Nakasulat ito sa 1 Mga Taga-Corinto 13:11, "Nang ako'y bata pa, nagsasalita akong gaya ng bata, nag-iisip akong gaya ng bata, nangangatuwiran akong gaya ng bata. Ngayong ganap na ang aking pagkatao, iniwan ko na ang mga bagay ng pagkabata."

Sa kaharian ng langit, walang kadiliman, walang alalahanin o pagkabahala, kabutihan at pag-ibig lang ang umiiral. Kaya pwede tayong magmahalan at maglingkod sa isa't isa hangga't gusto natin. Magkaibang-magkaiba ang pisikal na mundo sa kaharian ng langit sa puntong ito. Siyempre, kahit sa mundo, magkakaiba din ang pag-unawa at saloobin. Depende ito sa sukat ng pananampalataya.

Sa ika-2 kabanata ng 1 Juan, itinulad ang bawat antas ng pananampalataya sa maliliit na bata, mga bata, mga kabataan, at mga ama. Ang mga nasa antas ng pananampalataya ng maliliit na bata ay may espiritung parang bata. Hindi nila nauunawaan ang mga espirituwal na bagay. Kakaunti ang lakas nila para maisabuhay ang Salita. Pero kapag naging mga kabataan at mga ama sila, mag-iiba ang mga pagsasalita, pagkilos at pag-iisip nila. May kakayahan na silang isabuhay ang Salita ng Diyos, mananalo na sila sa gera laban sa kapangyarihan ng kadiliman. Pero kahit makamit natin ang pananampalataya ng isang ama sa mundong ito, pwede nating sabihing parang bata pa rin tayo kung ikukumpara sa panahong nasa langit na tayo.

Madadama Natin ang Perpektong Pag-ibig

Ang kabataan ay panahon para paghandaan ang pagtanda, tulad nito, ang buhay natin dito sa mundo ay preparasyon para sa buhay nating walang hanggan. Parang anino lang ang mundo kung ikukumpara sa buhay na walang hanggan ng langit, nawawala ito agad. Ang anino ay imahe lang na kamukha ng orihinal na anyo, hindi ito totoo.

Pinuri ni Haring David ang PANGINOON sa harap ng buong kapulungan, at sinabing, "Sapagkat kami ay mga dayuhan at manlalakbay sa harap Mo, gaya ng lahat ng aming mga ninuno; ang aming mga araw sa lupa ay gaya ng anino, at hindi magtatagal" (1 Mga Cronica 29:15).

Kapag tiningnan natin ang anino ng isang bagay, malalaman natin ang hugis nito. Ang pisikal na mundong ito ay parang anino na nagbibigay sa atin ng ideya tungkol sa mundong walang hanggan. Kapag nawala ang anino, buhay sa mundo, mahahayag ang totoong bagay. Sa ngayon, kakaunti ang nalalaman natin tungkol sa kaharian ng langit, parang nananalamin lang. Pero pagdating natin doon, maliwanag na nating mauunawaan, makikita natin ng harapan.

Mababasa natin sa 1 Mga Taga-Corinto 13:12, "Sapagkat

ngayo'y malabo naming nakikita sa isang salamin, ngunit pagkatapos nito ay makikita natin nang mukhaan. Ngayo'y bahagi lang ang nalalaman ko, ngunit pagkatapos ay lubos kong mauunawaan kung papaanong ako ay lubos na nakikilala." May 2,000 taon na ang nakaran nang isulat ni apostol Pablo ang liham ng pag-ibig na ito. Hindi kasing linaw ng salamin ngayon ang salamin noong araw. Hindi ito babasagin, ito ay dinurog na pilak, tanso o bakal, pagkatapos, pinakintab. Kaya sinabing ang salamin ay malabo. Siyempre, may mga taong nakikita at nadadama ang kaharian ng langit ng mas malinaw dahil nakabukas ang espirituwal na mata nila. Pero kahit malabo, madadama natin ang kagandahan at kasiyahan ng Langit.

Kapag pumasok na tayo sa walang hanggang kaharian ng langit, makikita natin ang bawat detalye, mahahawakan na natin ito. Malalaman natin ang kadakilaan, kapangyarihan at kagandahan ng Diyos na hindi pwedeng ipaliwanag ng salita.

Sa Pananampalataya, Pag-asa, at Pag-ibig, Pag-ibig ang Pinakadakila

Napakahalaga ng pananampalataya at pag-asa sa paglago ng pananampalataya natin. Maliligtas tayo at makakarating sa Langit kung mayroon tayong pananampalataya. At dahil sa pananampalataya pwede tayong maging mga anak ng Diyos. Dahil maliligtas tayo, magkakaroon ng buhay na walang hanggan, at makakarating sa kaharian ng langit dahil sa pananampalataya, napakahalaga nito. Ang kayamanan ng lahat ng kayamanan ay pananampalataya; at pananampalataya rin ang paraan para tanggapin ang kasagutan ng mga panalangin natin.

Paano naman ang pag-asa? Mahalaga diin ito; kung may pag-asa tayo, makukuha natin ang mas mabuting tirahan sa Langit. Kung may pananampalataya tayo, natural na may pag-asa tayo. Kung totoong nagtitiwala tayo sa Diyos, sa Langit at Impiyerno, aasa tayo sa Langit. At kapag mayroon tayong pag-asa, magsisikap tayong magpakabanal at maglilingkod ng tapat para sa kaharian ng Diyos. Kinakailangan ang pananampalataya at pag-asa hanggang marating natin ang kaharian ng langit. Pero sinasabi ng 1 Mga Taga-Corinto 13:13 na ang pag-ibig ang pinakadakila, bakit kaya?

Una, kailangan ang pananampalataya at pag-asa habang nasa mundo tayo, espirituwal na pag-ibig lang ang matitira sa kaharian ng langit.
Sa Langit, hindi na natin kailangang maniwala kahit hindi natin nakikita o umasa sa kahit na ano dahil nasa harapan na natin ang lahat ng bagay. Ipagpalagay nating mahal na mahal ninyo ang isang tao. Hindi kayo nagkita sa loob ng isang linggo, o kaya sa loob ng isang taon. Mas malalim at matindi ang emosyon kapag nakita kayo ulit. At kapag nagkita kayong muli, may hahanapin pa ba kayong iba?

Ganito rin ang buhay natin bilang mga Cristiano. Kung totoong nanampalataya at minamahal natin ang Diyos, mas aasa tayo at mas lalago ang pananampalataya natin. Hahanapin at mamahalin natin ang Panginoon habang lumilipas ang mga araw. Hindi mahihirapan ang mga taong may pag-asa sa Langit kahit dumaan sila sa makipot na daan dito sa mundo, hindi sila matutukso ng kahit na anong temtasyon. At kapag nakarating tayo sa pupuntahan, ang kaharian ng langit, hindi na natin kailangan ng pananampalataya at pag-asa. Mananatili ang pag-ibig sa Langit magpakailanman, kaya sinasabi ng Biblia na ito ang pinakadakila.

Pangalawa, kung may pananampalataya, pwede nating angkinin ang Langit, kung may pag-ibig, makakapasok tayo sa pinakamagandang tirahan, ang Bagong Jerusalem.
Pwede nating sapilitang kunin ang kaharian ng langit kung mayroon tayong pananampalataya at pag-asa. Kung isasabuhay natin ang Salita ng Diyos, iwawaksi ang mga kasalanan, at huhubugin ang magandang kalooban, bibigyan tayo ng espirituwal na pananampalataya. At ayon sa sukat ng espirituwal na pananampalatayang ito, ibibigay sa atin ang magkakaibang tirahan sa Langit: Paraiso, Unang Kaharian, Pangalawang Kaharian, Pangatlong Kaharian, at Bagong Jerusalem.

Ang Paraiso ay para sa mga nanampalataya para lang maligtas sa pamamagitan ng pagtanggap kay Jesu-Cristo bilang sariling Tagapagligtas. Wala silang nagawa para sa kaharian ng Diyos. Ang Unang Kaharian ng Langit ay para sa mga nagsikap mabuhay ayon sa Salita ng Diyos pagkatapos tanggapin si Jesu-Cristo. Mas maganda ito kaysa sa Paraiso. Ang Pangalawang Kaharian ng Langit ay para sa nabuhay ayon sa Salita ng Diyos dahil sa pagmamahal sa Kanya at naging tapat sa kaharian Niya. Ang Pangatlong Kaharian ng Langit ay para sa mga nagmahal sa Diyos ng sukdulan. Iwinaksi nila ang lahat ng klase ng kasamaan at nagpakabanal. Ang Bagong Jerusalem ay para sa mga may pananampalatayang kinalulugdan ng Diyos at naging tapat sa buong sambahayan Niya.

Ibinibigay ang Bagong Jerusalem sa mga anak ng Diyos na nakapaghubog ng perpektong pag-ibig sa pamamagitan ng pananampalataya. Ito ang pinagmumulan ng pag-ibig. Sa totoo lang, wala ni isa maliban kay Jesu-Cristo, ang bugtong na Anak ng Diyos, ang may katangian para makapasok sa Bagong Jerusalem. Pero tayo, bilang mga nilalang ay pwede ring makapasok doon kung tayo ay pinawalang sala ng dugo ni Jesu-Cristo at mayroong perpektong pananampalataya.

Dapat nating sundan ang daang nilakaran ng Panginoon para matularan natin Siya at manahan sa Bagong Jerusalem. Ang daang ito ay pag-ibig. Kung mayroon tayong ganitong klase ng pag-ibig, ibubunga natin ang siyam na bunga ng Banal na Espiritu at ang Mapapalad. Magiging karapat-dapat tayong mga anak ng Diyos na may katangian ng Panginoon. Sa sandaling makamit natin ang mga katangian ng mga tunay na anak ng Diyos, tatanggapin natin ang kahit na anong hilingin natin sa mundong ito. Magkakaroon tayo ng pribilehiyo na lumakad kasama ng Panginoon sa Langit magpakailanman. Samakatwid, pupunta tayo sa Langit kapag may pananampalataya tayo, at maiiwaksi natin ang mga kasalanan natin kapag may pag-asa tayo. Dahil dito, kailangan ang pananampalataya at pag-asa. Pero pag-ibig ang pinakadakila dahil kung mayroon tayo nito, makakapasok tayo sa Bagong Jerusalem.

"Huwag kayong magkautang ng anuman sa kaninuman, kundi mag-ibigan sa isa't isa, sapagkat ang umiibig sa kanyang kapwa'y nakatupad na ng kautusan. Ang mga utos na, 'Huwag kang mangangalunya; Huwag kang papatay; Huwag kang magnanakaw; Huwag kang mag-iimbot;' at kung mayroon pang ibang utos, ay nauuwi sa salitang ito, 'Ibigin mo ang iyong kapwa na gaya ng iyong sarili.' Ang pag-ibig ay hindi gumagawa ng masama sa kanyang kapwa; ang pag-ibig ang siyang katuparan ng kautusan."

Mga Taga-Roma 13:8-10

Pangatlong Bahagi
Pag-ibig ang Katuparan ng Kautusan

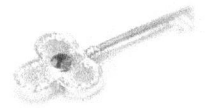

Kabanata 1 : Ang Pag-ibig ng Diyos

Kabanata 2 : Ang Pag-ibig ng Panginoon

Ang Pag-ibig ng Diyos

"At ating nalaman at sinampalatayanan ang pag-ibig ng Diyos para sa atin. Ang Diyos ay pag-ibig at ang nananatili sa pag-ibig ay nananatili sa Diyos, at ang Diyos ay nananatili sa kanya."

1 Juan 4:16

Habang nagmimisyon sa Quechua Indians, pinaghandaan ni Elliot ang pagmimisyon sa kilalang marahas na tribong Huaorani. Siya at ang apat na iba pang misyonero, si Ed McCully, Roger Youderian, Pete Fleming, at ang pilotong si Nate Saint, ay nakipag-ugnayan sa mga Huaorani Indians mula sa eroplano nila gamit ang loudspeaker at isang basket para maibaba ang mga regalo. Pagkalipas ng ilang buwan, nagdesisyon sila na magtayo ng kampo malapit sa tribo, sa tabi ng ilog Curaray. Lumapit sa kanila ng ilang beses ang maliliit na grupo ng tribo. Isinakay pa nila sa eroplano ang isang Indian na tinawag nilang 'George' (Naenkiwi ang totoong pangalan niya). Dahil lumakas ang loob nila sa maayos na pagkikita nila ng tribong ito, pinagplanuhan na nila ang pagpunta doon mismo sa lugar ng tribo. Pero hindi natuloy ang plano nila, may dumating na mas malaking grupo ng tribo, pinatay nila si Elliot at ang mga kasamahan niya noong Enero 8, 1956. Nakita ang luray-luray na katawan ni Elliot sa ibabang bahagi ng ilog, pati ng mga kasamahan niya, maliban kay Ed McCully.

Nakilala agad sa buong mundo si Elliot at ang mga kasamahan niya bilang mga martir. Naglathala ang Life Magazine ng 10 pahinang artikulo tungkol sa misyon at kamatayan nila. Sinasabing sila ang nagpasimula ng interes sa Cristianong pagmimisyon ng mga kabataan noong panahong iyon, at sinasabing malaking tulong sa pagpapalakas ng loob ng mga misyonero sa buong mundo. Nang mamatay ang asawa niya, nagsimulang magmisyon si Elizabeth Elliot at iba pang misyonero sa Auca Indians. Naging maganda ang pagtanggap sa kanila doon, maraming naging Cristiano. Maraming kaluluwa ang nagbago dahil sa pag-ibig ng Diyos.

"Huwag kayong magkautang ng anuman sa kaninuman, kundi mag-ibigan sa isa't isa, sapagkat ang umiibig sa kanyang kapwa'y nakatupad na ng kautusan. Ang mga utos na, 'Huwag kang mangangalunya; Huwag kang papatay; Huwag kang magnanakaw; Huwag kang mag-iimbot;' at kung mayroon pang ibang utos, ay nauuwi sa salitang ito, 'Ibigin mo ang iyong kapwa na gaya ng iyong sarili.' Ang pag-ibig ay hindi gumagawa ng masama sa kanyang kapwa; ang pag-ibig ang siyang katuparan ng kautusan" (Mga Taga-Roma 13:8-10).

Ang pinakamataas na antas sa lahat ng klase ng pag-ibig ay ang pag-ibig ng Diyos para sa atin. Nagmula sa pag-ibig Niya ang paglalang sa lahat ng bagay at sa sangkatauhan.

Nilikha ng Diyos ang Lahat ng Bagay at Sangkatauhan Dahil sa Pag-ibig

Sa simula, pinairal ng Diyos ang napakalawak na sansinukob sa Kanya. Iba ito sa sansinukob na batid natin ngayon. Ito ay walang simula at wakas, walang hangganan. Nangyayari ang lahat ng bagay ayon sa kalooban ng Diyos at kung anong nasa puso Niya. Kung pwedeng kunin at gawin ng Diyos ang lahat ng bagay na gusto Niya, bakit Niya nilalang ang tao?

Gusto Niyang magkaroon ng tunay na mga anak na makakasama Niya sa pagtamasa ng kagandahan ng mundo Niya. Gusto Niyang ibahagi ang kalawakan kung saan nangyayari kung ano ang kalooban Niya. Parang tao din; gusto nating ibahagi ang mabubuting bagay sa mga mahal natin sa buhay. Ayon sa pag-asang ito, pinlano ng Diyos ang pangangalaga ng sangkatauhan para magkaroon ng tunay na mga anak.

Sa unang hakbang, hinati Niya ang sansinukob sa pisikal na mundo at espirituwal na mundo. Nilalang Niya ang hukbo ng kalangitan, mga anghel, mga espirituwal na nilalang, at iba pang mga kakailanganin sa espirituwal na kaharian. Gumawa Siya ng lugar na magiging tahanan Niya at ang kaharian ng langit kung saan mananahan ang tunay na mga anak Niya. Ginawa din Niya ang lugar kung saan Niya pangangalagaan ang sangkatauhan. Pagkalipas ng hindi masukat na panahon, nilikha Niya ang Mundo sa pisikal na lugar, at ang araw, buwan, mga bituin, at ang kapaligiran na kinakailangan para mabuhay ang sangkatauhan.

Mayroong hindi mabilang na nilalang na nakapaligid sa Diyos tulad ng mga anghel, pero sunud-sunuran lang sila, parang mga robot. Wala silang kakayahang makibahagi sa pag-ibig ng Diyos. Dahil dito, nilalang ng Diyos ang tao sa wangis Niya para magkaroon ng tunay na mga anak na mababahagian Niya ng pag-ibig Niya. Mapapalitan ba ng magaganda at masunuring mga robot ang mga anak ninyo? Kahit may mga oras na hindi sumusunod sa inyo ang mga anak ninyo mas nakakagiliw pa rin sila kaysa sa mga robot. Nadadama nila ang pagmamahal ninyo at pwede rin nilang ipadama sa inyo ang pagmamahal nila. Gusto ng Diyos na magkaroon ng tunay na mga anak na makikibahagi ng pag-ibig Niya. Ayon sa pag-ibig na ito, nilalang ng Diyos ang unang tao, si Adan.

Pagkatapos Niyang lalangin si Adan, gumawa Siya ng halamanan na tinawag na Eden sa bandang silangan, at dinala Niya ito doon. Ang Halamanan ng Eden ay para kay Adan. Maganda at mahiwaga ang lugar na ito, maraming magagandang bulaklak at punungkahoy, kaibig-ibig na mga hayop ang lumilibot. Napakaraming klase ng prutas sa paligid, at banayad ang simoy ng hangin, parang malambot na seda ang pakiramdam, parang bumubulong ang damuhan sa paghihip nito. Kapag tinatamaan ng sikat ng araw, nagniningning ang tubig na parang mahalagang hiyas. Hindi mailalarawan ang kagandahan ng lugar na ito kahit gamitin ang pinakamahusay na imahinasyon ng tao.

Binigyan din ng Diyos si Adan ng makakatuwang, ang pangalan niya ay Eva. Hindi dahil nalulungkot si Adan kundi dahil nauunawaan ng Diyos ang kalooban nito, Siya din mismo ay matagal nag-isa. Lumakad kasama ng Diyos si Adan at Eva sa pinakamahusay na kondisyon ng buhay. Tinamasa nila ang malaking kapangyarihan bilang panginoon ng lahat ng nilikha sa loob ng napakahabang panahon.

Pinapangalagaan ng Diyos ang Sangkatauhan para Maging mga Tunay na Anak Sila

May kulang kay Adan at Eva para maging tunay na mga anak sila ng Diyos. Kahit lubos na ibinigay ng Diyos sa kanila ang pag-ibig Niya, hindi nila ito tunay na nadarama. Nasisiyahan sila sa lahat ng bagay na ibinigay sa kanila ng Diyos, pero wala ni isa dito ang nakamit nila mula sa sariling pagsisikap. Dahil dito, hindi nila gaanong nauunawaan kung gaano kahalaga ang pag-ibig ng Diyos, hindi sila nagpapakita ng pagpapahalaga sa mga bagay na ibinigay sa kanila. Bukod dito, hindi nila naranasan ang kamatayan o kalungkutan, at hindi nila batid kung anong halaga ng buhay. Hindi nila naranasang magalit, kaya hindi nila batid ang kahalagahan ng pag-ibig, Hindi nila nadama ang tunay na pag-ibig sa puso nila dahil hindi nila naranasan ito kahit narinig at nalaman nila ang tungkol dito bilang dagdag kaalaman.

Narito ang dahilan kung bakit kumain mula sa punungkahoy ng pagkilala ng mabuti at masama si Adan at Eva. Sinabi ng Diyos, "...sapagkat sa araw na ikaw ay kumain niyon ay tiyak na mamamatay ka," pero hindi nila lubos na nauunawaan ang tunay na kahulugan ng kamatayan (Genesis 2:17). Hindi ba alam ng Diyos na kakain sila mula sa punungkahoy ng pagkilala ng mabuti at masama? Alam Niya! Pero binigyan pa rin Niya si Adan at Eva ng malayang kalooban sa pagsunod. Dito nakapaloob ang kalooban Niya sa pangangalaga ng sangkatauhan.

Sa pamamagitan ng pangangalaga ng sangkatauhan, gusto ng Diyos na maranasan ng tao ang pagluha, kalungkutan, paghihirap, kamatayan, at marami pang iba, para kapag nakarating sila sa Langit, totoong madadama nila ang kahalagahan ng mga bagay sa kalangitan, at tatamasa sila ng tunay na kaligayahan. Gusto ng Diyos na ibahagi sa kanila sa Langit ang pag-ibig Niya magpakailanman, ni hindi maiikumpara ang Halamanan ng Eden sa kagandahan nito.

Nang suwayin ni Adan at Eva ang Salita ng Diyos, hindi na sila pwedeng manirahan sa Halamanan ng Eden. At dahil nawalan na ng kapangyarihan si Adan bilang panginoong ng mga nilikha, isinumpa rin ang mga hayop at halaman. Ang Mundo dati ay may kasaganahan at kagandahan, pero isinumpa din ito. Mayroon ng tinik ang mga halaman ngayon, at kailangang magtrabaho ng mabigat at magpawis ang tao bago siya umani.

Kahit sumuway sa Diyos si Adan at Eva, iginawa pa rin Niya sila ng balat ng hayop na pantakip sa katawan nila. Maninirahan na sila sa kapaligirang ibang-iba kaysa dati (Genesis 3:21). Nadama marahil ng Diyos ang damdamin ng mga magulang sa pag-alis ng mga anak nila ng mga ilang taon para paghandaan ang kinabukasan nila. Hindi pa man nagtatagal ang pangangalaga ng sangkatauhan, sa kabila ng pag-ibig ng Diyos, nabahiran na ng kasalanan ang tao, at mabilis silang lumayo sa Diyos.

Sinasabi ng Mga Taga-Roma 1:21-23, "Sapagkat kahit kilala nila ang Diyos, Siya ay hindi nila niluwalhati bilang Diyos, ni pinasalamatan man, kundi naging walang kabuluhan sa kanilang mga pangangatuwiran at mga puso nilang walang katuturan ay nagdilim. Sa pag-angking marurunong, sila'y naging hangal, at ipinagpalit nila ang kaluwalhatian ng Diyos na hindi nasisira sa mga imaheng kahawig ng tao na nasisira, at ng mga ibon, ng mga hayop na may apat na paa at ng mga gumagapang."

Ipinakita ng Diyos ang kalooban at pag-ibig Niya sa makasalanang sangkatauhan sa pamamagitan ng piniling lahi, ang Israel. Sa isang banda, nang sumunod sila sa Salita ng Diyos, nagpakita Siya ng mga kamangha-manghang tanda at himala, at binigyan sila ng malalaking biyaya. Sa kabilang banda, nang lumayo sila sa Diyos, sumamba sa mga diyus-diyosan, at nagkasala, nagpadala ang Diyos ng maraming propeta para ihatid ang pag-ibig Niya.

Isa si Hoseas sa mga propetang ito. Aktibo siya noong panahong nahati ang Israel sa Hilagang Israel at Katimugang Juda.

Isang araw, binigyan ng Diyos si Hoseas ng espesyal na utos, "Humayo ka, mag-asawa ka ng isang bayarang babae at magkaroon ka ng mga anak sa bayarang babae," (Hoseas 1:2). Hindi kapanipaniwalang mag-aasawa ng isang bayarang babae ang isang maka-diyos na propeta. Kahit hindi niya lubos na naunawaan ang plano ng Diyos, sinunod ni Hoseas ang Salita Niya, pinakasalan niya ang babaing nagngangalang Gomer.

Nagkaroon sila ng tatlong anak, pero sumama si Gomer sa

ibang lalaki dahil sa kanyang pagnanasa. Gayon pa man, sinabi ng Diyos kay Hoseas na mahalin ang asawa niya (Hoseas 3:1). Hinanap ito ni Hoseas at binili sa halagang labinlimang siklong pilak, isang omer na sebada, at ng isang takal na alak.

Ang pag-ibig ni Hoseas kay Gomer ay sumisimbulo sa pag-ibig ng Diyos sa atin. Sinisimbulo ni Gomer, ang bayarang babae, ang lahat ng tao na makasalanan. Tulad ng pagpapakasal ni Hoseas sa isang babaing bayaran, inibig ng Diyos ang mga binahiran ng kasalanan dito ng mundo.

Ipinakita Niya ang walang katapusang pag-ibig Niya. Umasa Siya na ang lahat ay lalayo sa daang patungo sa kamatayan at magiging mga anak Niya. Kahit nakipagkasundo sila sa mundo, at pansamantalang lumayo sa Kanya, hindi Niya sasabihin, "Iniwan mo Ako, hindi kita tatanggaping muli." Gusto lang Niyang manumbalik ang lahat sa Kanya. At mas maalab pa sa paghihintay ang puso Niya kaysa sa mga magulang na naghihintay ng pagbabalik ng mga anak nilang naglayas.

Inihanda ng Diyos si Jesu-Cristo Bago Pa Magsimula ang Panahon

Maliwanag na ipinapakita ng talinhaga ng alibughang anak sa Lucas 15 ang kalooban ng Diyos Ama. Hindi marunong magpasalamat sa kanyang ama ang bunsong anak na tumatamasa ng marangyang buhay mula pa noong bata siya ni hindi rin niya naunawaan ang kahalagahan ng buhay niya. Isang araw, hiningi niya ang perang mamanahin niya habang nabubuhay pa ang kanyang ama. Makikita nating lumaki siya sa layaw.

Hindi napigilan ng ama ang anak niya dahil ni hindi nito naunawan ang damdamin ng mga magulang niya. Sa bandang huli, ibinigay ng ama ang perang mamanahin. Naging masaya ang anak, naglakbay siya. Nasaktan ang kalooban ng ama magmula noon. Lubos ang pag-aalala niya, "Paano kung masaktan siya? Paano kung may makaharap siyang masasamang tao?" Hindi makatulog ng mahimbing ang ama dahil sa pag-aalala nito sa anak niya. Palagi siyang nakatanaw sa malayo, umaasa na makikitang pauwi na ito.

Hindi nagtagal, naubos ang pera ng anak. Hindi na maayos ang pagtrato sa kanya ng mga tao. Kaawaawa ang naging kalagayan niya, gusto niyang kainin pati ang pagkain ng mga baboy, pero walang nagbigay ng kahit na ano sa kanya. Naalaala niya ngayon ang bahay ng ama niya. Umuwi siya, nakatungo ang ulo dahil sa kahihiyan. Pero sinalubong siya ng ama at hinalikan. Walang isinumbat sa kanya ang ama, sa halip, ipinasuot sa kanya ang pinakamagandang kasuotan at nagpapatay ng guya para sa isang handaan para sa pagbabalik niya. Ganito ang pag-ibig ng Diyos.

Hindi ibinibigay ang pag-ibig ng Diyos sa ilang espesyal na tao sa isang espesyal na pagkakataon. Sinasabi ng 1 Kay Timoteo 2:4, "[Ang Diyos] na nagnanais na ang lahat ng tao ay maligtas at makarating sa pagkakilala ng katotohanan." Pinapanatili Niyang nakabukas sa lahat ng oras ang pintuan ng kaligtasan. At kung may kaluluwang babalik sa Diyos, tatanggapin Niya ito nang may kagalakan at kasiyahan.

Hindi tayo bibitawan ng pag-ibig ng Diyos hanggang sa huli, nakabukas ang daan para sa lahat ng maliligtas. Inihanda Niya ang bugtong na Anak Niyang si Jesu-Cristo para dito. Nakasulat sa Mga Hebreo 9:22, "Sa katunayan, sa ilalim ng kautusan, halos lahat ng mga bagay ay nililinis ng dugo, at kung walang pagdanak ng dugo ay walang kapatawaran ng mga kasalanan." Binayaran ni Jesus ng mahalagang dugo at sariling buhay Niya ang halaga ng mga kasalanan na dapat tayong mga makasalanan ang magbayad.

Itinutukoy ng 1 Juan 4:9 ang tungkol sa pag-ibig ng Diyos, "Dito nahayag ang pag-ibig ng Diyos sa atin, sapagkat sinugo ng Diyos ang Kanyang bugtong na Anak sa sanlibutan upang tayo'y mabuhay sa pamamagitan Niya." Pinadanak ng Diyos ang mahalagang dugo ni Jesus para tubusin ang sangkatauhan mula sa kanilang mga kasalanan. Ipinako sa krus si Jesus, pero napagtagumpayan Niya ang kamatayan. Muli Siyang nabuhay sa ikatlong araw dahil wala Siyang kasalanan. Dahil dito, ang daan patungo sa kaligtasan ay nagbukas para sa atin. Hindi madaling gawin ang magbigay ng bugtong na anak. May kasabihan ang mga Koreano, "Hindi nasasaktan ang mga magulang kahit isaksak ang mga anak nila sa loob ng mga mata nila" Ibig sabihin, magtitiis ang mga magulang para sa mga anak nila, para sa mga magulang mas mahalaga ang buhay ng mga anak kaysa sa buhay nila.

Samakatwid, nagpapakita ng sukdulang pag-ibig ang ginawa ng Diyos na pagbigay ng bugtong na anak Niya. Bukod dito, inihahanda Niya ang kaharian ng langit para sa mga mababawi Niya sa pamamagitan ng dugo ni Jesu-Cristo. Napakalaking pag-ibig nito! Pero hindi pa dito natatapos ang pag-ibig ng Diyos.

Ibinigay sa Atin ng Diyos ang Banal na Espiritu

Ibinibigay ng Diyos ang Banal na Espiritu bilang kaloob sa mga tumanggap kay Jesu-Cristo bilang Tagapagligtas at napatawad sa mga kasalanan. Ang Banal na Espiritu ay puso ng Diyos. Noong umakyat sa Langit ang Panginoon, ipinadala ng Diyos ang Banal na Espiritu, ang Mang-aaliw, sa mga puso natin.

Mababasa sa Mga Taga-Roma 8:26-27, "At gayundin naman, ang Espiritu ay tumutulong sa ating kahinaan; sapagkat hindi tayo marunong manalangin nang nararapat; ngunit ang Espiritu mismo ang namamagitan na may mga daing na hindi maipahayag; ngunit ang Diyos na sumisiyasat ng mga puso ay nakakaalam kung ano ang kaisipan ng Espiritu, sapagkat Siya ang namamagitan dahil sa mga banal ayon sa kalooban ng Diyos."

Kapag nagkakasala tayo, ginagabayan tayo para magsisi ng Banal na Espiritu na may daing na mahirap ipaliwanag. Binibigyan Niya ng pananampalataya ang mga mahina ang pananampalataya, ang mga walang pag-asa ay binibigyan Niya ng pag-asa. Ipinaparinig Niya sa atin ang tinig Niya para hindi tayo masaktan o mapinsala, parang isang ina na maingat na umaaliw at nagmamahal sa mga anak niya. Ipinapaalam Niya sa atin ang kalooban ng Diyos na nagmamahal sa atin at dinadala Niya tayo sa kaharian ng langit.

Kung lubos nating mauunawaan ang pag-ibig na ito, hindi natin mapipigilang mahalin din ang Diyos. Kung buong puso ang pagmamahal natin sa Diyos, mapupuspos tayo sa pag-ibig na ibibigay Niya. Gagawin Niya tayong malusog, at pagpapalain Niya tayo sa lahat ng bagay. Ginagawa Niya ito dahil ito ang kautusan ng espirituwal na kaharian, pero mas mahalaga, gusto Niyang madama natin ang pag-ibig Niya sa pamamagitan ng mga biyayang tinatanggap natin mula sa Kanya. "Iniibig Ko silang sa Akin ay umiibig, at Ako'y natatagpuan ng humahanap sa Aking masigasig" (Mga Kawikaan 8:17).

Ano ang naramdaman ninyo nang una ninyong makilala ang Diyos, at gumaling sa mga karamdaman o nalutas ang iba't ibang problema? Nadama marahil ninyo na nagmamahal ang Diyos kahit sa mga makasalanang tulad ninyo. Naniniwala ako, na sinasabi ng puso ninyong, "Kung isusulat ko ang tungkol sa pag-ibig ng Diyos, at gagamiting papel ang buong kalangitan at tinta ang karagatan, mapupuno ng sulat ang langit at matutuyo ang karagatan." Naniniwala din ako, na napuspos kayo ng pag-ibig ng Diyos, na nagbigay sa inyo ng Langit na walang hanggan kung saan walang mga alalahanin, walang kalungkutan, walang karamdaman, walang paghihiwalay, at walang kamatayan.

Hindi tayo ang unang nagmahal sa Diyos. Naunang lumapit ang Diyos sa atin at iniunat ang mga kamay Niya para tanggapin tayo. Hindi Niya tayo minahal dahil karapat-dapat tayong mahalin. Lubos ang pagmamahal Niya sa atin kaya ibinigay Niya ang bugtong Niyang Anak para sa ating mga makasalanan at nakatakdang mamatay. Minahal Niya ang lahat ng tao, ang pagmamahal Niya para sa atin ay higit pa sa pagmamahal ng isang inang hindi malilimutan ang anak niyang pasusuhin (Isaias 49:15). Hinihintay Niya tayo, parang isang araw ang isanlibong taon.

Ang pag-ibig ng Diyos ay totoo. Hindi ito nagbabago kahit lumipas ang panahon. Mabibigla tayo sa pagdating natin sa Langit balang araw kapag nakita natin ang magagandang korona, nagniningning na pinong lino, ang makalangit na mga tahanan na itinayo na may ginto at mamahaling hiyas, na inihanda ng Diyos para sa atin. Binibigyan Niya tayo ng mga gantimpala at kaloob kahit narito pa tayo sa lupa. Masigasig Niyang hinihintay ang araw na makakasama tayo sa Kanyang walang hanggang kaluwalhatian. Damahin natin ang dakila Niyang pag-ibig.

Ang Pag-ibig ni Jesu-Cristo

"...at lumakad kayo sa pag-ibig, gaya ng pag-ibig ni Cristo sa atin at ibinigay ang Kanyang sarili para sa atin bilang handog at alay sa Diyos upang maging samyo ng masarap na amoy."

Efeso 5:2

May malaking kapangyarihan ang pag-ibig para gawing posbile ang imposible. Higit sa lahat, totoong kamangha-mangha ang pag-ibig ng Diyos at ng Panginoon. Pwede nitong gawing isang taong makakagawa ng kahit na anong bagay ang isang taong walang kakayahan. Nang makilala ang Panginoon ng mga walang pinag-aralang mangingisda, mga maniningil ng buwis, – na noong panahong iyon ay ipinapalagay na mga makasalanan – mga dukha, mga balo, mga napabayaan sa mundo, ganap ang pagbabago ng buhay nila. Nalutas ang kahirapan at karamdaman nila, at nadama nila ang tunay na pag-ibig na hindi nilam nadarama noon. Ipinapalagay nilang walang halaga ang buhay nila, pero ipinanganak silang muli bilang maluwalhating instrumento ng Diyos. Ganito ang kapangyarihan ng pag-ibig.

Dumating si Jesus sa Mundong Ito, Iniwan ang Lahat ng Kaluwalhatian sa Kalangitan

Sa simula ang Salita ay ang Diyos, at bumaba dito sa lupa ang Salita sa anyo ng tao. Ito ay si Jesus, ang bugtong na anak ng Diyos. Bumaba si Jesus dito sa lupa para iligtas ang makasalanang sangkatauhang patungo sa kamatayan. Ang kahulugan ng pangalang 'Jesus' ay 'ililigtas Niya ang Kanyang bayan sa kanilang mga kasalanan' (Mateo 1:21).

Walang ipinag-iba sa mga hayop ang mga taong may bahid ng kasalanan (Eclesiastes 3:18). Si Jesus ay ipinanganak sa isang sabsaban ng mga hayop para tubusin ang mga taong tumalikod sa mga bagay na dapat nilang gawin at naging parang mga hayop. Inihiga si Jesus sa lalagyan ng pagkain ng mga hayop para maging pagkain ng mga taong tulad nito (Juan 6:51). Ang dahilan nito ay para mabawi ng mga tao ang nawalang wangis ng Diyos para magawa nila ang kanilang buong tungkulin. Sinasabi rin sa Mateo 8:20, "May mga lungga ang mga asonggubat, at ang mga ibon sa himpapawid ay mga pugad; ngunit ang Anak ng Tao ay walang mapagpahingahan ng Kanyang ulo." Sinabi, wala Siyang matulugan, nasa labas Siya buong gabi at dinanas ang ulan at lamig ng panahon. Wala Siyang makain, nagugutom kadalasan. Ang dahilan nito ay para tubusin tayo mula sa kahirapan, hindi dahil wala Siyang kakayahan. Sinasabi ng 2 Mga Taga-Corinto 8:9, "Sapagkat nalalaman ninyo ang biyaya ng ating Panginoong Jesu-Cristo, na bagaman Siya'y mayaman, subalit alang-alang sa inyo ay naging dukha, upang sa pamamagitan ng Kanyang kadukhaan ay maging mayaman kayo."

Sinimulan ni Jesus ang Kanyang ministeryo nang gawin Niyang alak ang tubig sa isang kasalan sa Cana. Ipinangaral Niya ang kaharian ng Diyos at gumawa ng mga tanda at himala sa mga lugar ng Judea at Galilea. Gumaling ang mga may ketong, nakalakad at nakatalon ang lumpo, at nakalaya mula sa kapangyarihan ng kadiliman ang mga nagdusa mula sa mga demonyo. Nabuhay din at lumabas sa libingan ang isang taong apat na araw ng patay at nangangamoy na (Juan 11).

Nagpakita si Jesus ng kamangha-manghang mga bagay sa ministeryo Niya dito sa lupa para makita ng mga tao ang pag-ibig ng Diyos. Bukod dito, dahil nagmula Siya sa Diyos at Siya mismo ang Salita, sinunod Niya ang Kautusan para ipakita sa atin ang perpektong halimbawa. Hindi Niya hinatulan ang mga lumabag sa Kautusan para mamatay dahil lang sumunod Siya dito, sa halip, itinuro Niya ang katotohanan sa mga tao para maligtas ang kahit isa pang kaluluwa.

Kung ginawang pamantayan ni Jesus ang Kautusan sa bawat tao, walang maliligtas. Ang Kautusan ay ang utos ng Diyos na gawin, huwag gawin, iwaksi at sundin ang mga bagay. Halimbawa, may mga utos na nagsasabi, 'panatilihing banal ang araw ng Sabbath; huwag mong imbutin ang bahay ng iyong kapwa; igalang mo ang mga magulang mo; at iwaksi ang lahat ng klase ng kasamaan.' Ang hantungan ng lahat ng Kautusan ay pag-ibig. Kung susundin ninyo ang lahat ng tuntunin at Kautusan, makakapagpakita kayo ng pagmamahal.

Pero hindi lang pagsunod sa Kautusan ang gustong makita ng Diyos sa atin. Gusto Niyang gawin natin ito nang may pag-ibig at taos-puso. Batid ni Jesus ang kaloobang ito ng Diyos kaya sinunod Niya ito. Isa sa pinakamabuting halimbawa nito ay ang tungkol sa babaing nahuling nangangalunya (Juan 8). Isang araw, dinala kay Jesus ng mga eskriba at Fariseo ang isang babaing nahuli sa pangangalunya, pinatayo nila ito sa gitna ng mga tao, at tinanong si Jesus: "Sa kautusan ay ipinag-utos sa amin ni Moises na batuhin ang mga ganyan, ano ngayon ang Iyong masasabi tungkol sa kanya?" (Juan 8:5)

Sinabi nila ito para magkaroon sila ng dahilan para akusahan si Jesus. Ano sa palagay ninyo ang naramdaman ng babaing iyon noong sandaling iyon? Marahil, hiyang-hiya siya dahil nabisto ng lahat ang kasalanan niya at nanginginig sa takot dahil babatuhin siya hanggang sa mamatay. Kung sinabi ni Jesus, "Batuhin siya," mamamatay siya.

Gayon pa man, hindi sinabi ni Jesus na parusahan ito ayon sa kautusan. Sa halip, yumuko Siya at isinulat ang Kanyang daliri sa lupa. Ito ay listahan ng mga kasalanan na karaniwang ginagawa ng mga tao. Pagkatapos Niyang gawin ito, tumayo Siya at sinabing, "Ang walang kasalanan sa inyo ang siyang unang bumato sa kanya" (t. 7). Muli Siyang yumuko at nagsulat.

Sa pagkakatong ito, isinulat Niya ang kasalanan ng bawat isang tao, parang nakita Niya kung kailan, saan, at kung paano nila ginawa ito. Isa-isang umalis ang mga nakonsiyensya, hanggang sa si Jesus na lang at ang babae ang natira. Sinasabi ng mga talatang 10-11, "Tumayo si Jesus at sinabi sa kanya, 'Babae, nasaan sila? Wala na bang ni isang humatol sa iyo?' At sinabi niya, 'Walang sinuman, Panginoon.' Sinabi ni Jesus, 'Hindi rin kita hinahatulan. Humayo ka na at mula ngayo'y huwag ka nang magkasala.'"

Hindi ba alam ng babae na ang parusa sa pangangalunya ay kamatayan? Alam niya, pero ginawa pa rin niya dahil hindi niya mapigilan ang pagnanasa niya. Naghihintay na lang siya ng kamatayan dahil nadiskubre ang ginawa niyang kasalanan. Pero dahil hindi niya inaasahang mapatawad ni Jesus, napakasaya marahil niya. Habang nakatatak sa puso niya ang pagpapatawad ni Jesus, hindi na siya muling nagkasala pa.

Dahil pinatawad ni Jesus ang babaing lumabag sa kautusan dahil sa pag-ibig, wala bang kabuluhan ang kautusan kung may pag-ibig tayo sa Diyos at sa ating kapwa? Siyempre mayroon! Sinabi ni Jesus, "Huwag ninyong isipin na pumarito Ako upang sirain ang kautusan o ang mga propeta; pumarito Ako hindi upang sirain, kundi upang tuparin ang mga ito" (Mateo 5:17).

Mas magiging perpekto ang pagsunod natin sa kalooban ng Diyos dahil mayroong Kautusan. Kung sasabihin ng isang tao na mahal niya ang Diyos, hindi natin masusukat kung gaano kalalim at kalawak ang pagmamahal niya. Gayon pa man, pwedeng masukat ang pag-ibig niya dahil sa Kautusan. Kung totoong minamahal niya ang Diyos, tiyak na susundin niya ang Kautusan. Hindi mahirap sumunod sa Kautusan para sa kanya. Higit pa diyan, kung mabuti ang pagsunod niya ng Kautusan, tatanggapin niya ang pag-ibig at mga biyaya ng Diyos.

Pero ang mga ligalista o mga mapagmatuwid noong panahong iyon ay hindi interesado sa pag-ibig ng Diyos na nakapaloob sa Kautusan. Hindi sila tumuon sa pagpapakabanal ng puso nila, gusto lang nilang ipakitang sumusunod sila. Nasisiyahan at nagyayabang sila sa pagsunod na ginagawa nila. Iniisip nilang sinusunod nila ang Kautusan kaya hinuhusgahan at hinahatulan agad nila ang mga taong lumalabag. Nang ipaliwanag ni Jesus ang totoong kahulugan ng Kautusan at ituro ang tungkol sa kalooban ng Diyos, sinabi nilang nagkakamali si Jesus at may sapi ng demonyo.

Dahil walang pag-ibig sa puso ang mga Fariseo, walang nagawang tulong sa mga kaluluwa nila ang ganap na pagsunod nila sa Kautusan (1 Mga Taga-Corinto 13:1-3). Hindi nila iwinaksi ang kasamaan sa mga puso nila, nanghusga at nanghatol lang sila sa iba. Naging dahilan ito ng paglayo nila sa Diyos. Sa bandang huli, ipinako nila sa krus ang Anak ng Diyos, isang malaking kasalanan.

Tinupad ni Jesus ang Kalooban ng Diyos sa Krus, Sumunod Hanggang Kamatayan

Bago magwakas ang tatlong taong ministeryo, umakyat si Jesus sa Bundok ng mga Olibo bago magsimula ang pagdurusa Niya. Nanalangin Siya ng maalab habang lumalalim ang gabi at ang magaganap na pagpako sa Kanya sa krus. Ang panalangin Niya ay pagsigaw na may pagtangis para maligtas ang mga kaluluwa ng dugo Niyang walang bahid. Ito ay panalangin para hilingin ang kapangyarihan para mapagtagumpayan ang pagdurusa sa krus. Nanalangin Siya ng taimtim; tumulo ang pawis Niya sa lupa na parang malalaking patak ng dugo (Lucas 22:42-44).

Noong gabing iyon, dinakip Siya ng mga sundalo at dinala sa iba-ibang lugar para tanungin. Pagkatapos, tinanggap Niya ang hatol ng kamatayan sa korte ni Pilato. Isinuot sa ulo Niya ang koronang tinik, dinuraan at hinampas Siya ng mga sundalong Romano bago Siya dalhin sa lugar ng kamatayan (Mateo 27:28-31).

Nabalutan ng dugo ang katawan Niya, nilibak at hinagupit buong gabi, at sa kalagayang ito, inakyat Niya ang Golgota na may pasan na krus na kahoy. Sinundan Siya ng maraming tao. Mga taong masayang tumanggap sa Kanya noon at sumigaw ng 'Hosanna!' pero ngayon, may galit silang sumisigaw ng, 'Ipako Siya sa krus!'. Hindi na makilala si Jesus dahil ang mukha Niya ay duguan. Naubos na ang lakas Niya dahil sa pasakit na dinanas Niya mula sa pagpapahirap, hindi na Siya halos makalakad.

Nang makarating sila sa Golgota, ipinako si Jesus sa krus para tubusin tayo mula sa mga kasalanan natin. Tayo ay nasa ilalim ng sumpa ng Kautusan na nagsasabing kamatayan ang kabayaran ng kasalanan (Mga Taga-Roma 6:23). Dumanak ang dugo ni Jesus sa krus na kahoy. Pinatawad Niya ang mga kasalanang nasa isipan natin sa pamamagitan ng koronang tinik sa ulo Niya, ipinako ang mga paa at kamay Niya para iligtas tayo sa mga kasalanan na gagawin ng mga paa at mga kamay natin.

Hindi batid ng mga mang-mang ang katotohanang ito, nilibak

at tinuya nila si Jesus (Lucas 23:35-37). Pero kahit dumanas ng matinding sakit, idinalangin ni Jesus ang mga nagpako sa Kanya sa krus. Nakasulat sa Lucas 23:34, "Sinabi ni Jesus, 'Ama, patawarin Mo sila, sapagkat hindi nila nalalaman ang kanilang ginagawa.'"

Isa sa pinakamalupit na paraan ng pagpatay ang pagpako sa krus. Mas matagal magdurusa sa sakit kaysa sa ibang paraan ang mga ipinapako sa krus. Tumatagos sa mga kamay at mga paa ang pako, at napupunit ang laman ng tao. Natutuyuan ng ubig sa katawan ang taong ipinako at nagkakaroon ng hindi maayos na sirkulasyon ang dugo nito. Dahil dito unti-unting hihinto ang mga himaymay ng laman-loob niya. Hindi lang iyan, kapag naamoy ng mga insekto ang dugo niya, pagdurusahan din niya ang mga kagat ng mga ito.

Ano sa palagay ninyo ang inisip ni Jesus habang nakapako Siya sa krus? Hindi ang matinding sakit ng katawan, sa halip, inisip Niya ang dahilan kung bakit nilikha ng Diyos ang tao, ang kahulugan ng pangangalaga ng tao sa mundo, ang dahilan kung bakit nagsakripisyo Siya bilang kabayaran sa mga kasalanan ng tao. Taos-puso Siyang nanalangin nang may pagpapasalamat.

Pagkatapos ng anim na oras na pagdurusa sa sakit dulot ng krus, sinabi ni Jesus, "Nauuhaw ako" (Juan 19:28). Ito ay espirituwal na pagka-uhaw, ang pagnanais na makuha ang mga naliligaw na kaluluwang patungo sa kamatayan. Dahil nasa isip Niya ang hindi mabilang na mga kaluluwa na mabubuhay dito sa mundo sa darating na panahon, hiniling Niya sa atin na ibahagi ang mensahe ng krus para mailigtas ang mga kaluluwa.

Sa katapusan, sinabi ni Jesus, "Natupad na" (Juan 19:30), at hinugot Niya ang huling hininga pagkasabi ng, "Ama, sa mga kamay Mo ay inihahabilin Ko ang Aking espiritu" (Lucas 23:46). Inihabilin Niya ang espiritu Niya sa mga kamay ng Diyos dahil natapos na Niya ang tungkulin Niya na buksan ang daan patungo sa kaligtasan para sa lahat ng sangkatauhan bilang kabayaran. Ang sandaling ito ay katuparan ng pinakadakilang pag-ibig.

Magmula noon, nawasak ang pader na nakatayo sa pagitan natin at ng Diyos. Pwede na tayong makipag-ugnayan sa Kanya. Dati, ang punong pari ang nagsasakripisyo para mapatawad tayo sa mga kasalanan natin, hindi na ngayon. Pwede nang pumasok sa banal na santuwaryo ng Diyos kahit na sinong nagtitiwala kay Jesu-Cristo para sumamba sa Diyos.

Inihahanda ni Jesus ang mga Tirahan sa Langit nang may Pag-ibig

Bago Siya ipako sa krus, sinabi ni Jesus sa mga alagad Niya ang tungkol sa mga mangyayari sa hinaharap. Sinabi Niya sa kanila na kailangan Niyang ipasan ang krus para tuparin ang kalooban ng Diyos Ama, pero nag-aalala pa rin sila. Ipinaliwanag Niya sa kanila ang tungkol sa mga tirahan sa langit para malugod sila.

Sinabi Niya sa kanila sa Juan 14:1-3, "Huwag mabagabag ang inyong puso. Sumampalataya kayo sa Diyos, sumampalataya rin naman kayo sa Akin. Sa bahay ng Aking Ama ay maraming tahanan. Kung hindi gayon, sasabihin Ko ba sa inyo na Ako'y paparoon upang ihanda Ko ang lugar para sa inyo? At kung Ako'y pumunta roon at maihanda Ko ang isang lugar para sa inyo, Ako'y babalik at kayo'y tatanggapin Ko sa Aking sarili, upang kung saan Ako naroon, kayo rin ay naroon." Sa katunayan, napagtagumpayan Niya ang kamatayan at muli Siyang nabuhay.

Umakyat Siya patungo sa Langit sa harapan ng maraming tao. Ito ay para maihanda Niya ang mga tirahan natin sa Langit. Ano ang kahulugan ng 'Ako'y paparoon upang ihanda Ko ang lugar para sa inyo'?

Sinasabi sa 1 Juan 2:2, "Siya ang kabayaran para sa ating mga kasalanan, at hindi lamang para sa atin kundi para din sa kasalanan ng buong sanlibutan." Sinabi, pwedeng makamit ng kahit sinuman ang Langit kung may pananampalataya sila dahil giniba ni Jesus ang pader ng kasalanan sa pagitan natin at ng Diyos.

At sinabi din ni Jesus, "...sa bahay ng Aking Ama ay maraming tahanan," sinasabi nito na nais Niyang maligtas ang lahat ng tao. Hindi Niya sinabing maraming tirahan sa Langit, kundi, 'sa bahay ng Aking Ama', dahil pwede na nating tawaging "Abba, Ama!" ang Diyos dahil sa kapangyarihan ng mahalagang dugo ni Jesus.

Hindi pa rin humihinto ang Panginoon sa pagsusumamo para sa atin. Maalab Siyang nananalangin sa harapan ng trono ng Diyos, hindi kumakain ni umiinom (Mateo 26:29). Idinadalangin Niya na mapagtagumpayan ng kaluluwa natin ang pangangalaga ng sangkatauhan dito sa mundo at ipahayag ang kaluwalhatian ng Diyos sa magpapasagana ng mga kaluluwa natin.

Bukod dito, kapag natapos na ang pangangalaga ng sangkatauhan, at magaganap na ang Paghatol ng Malaking Tronong Puti, kikilos pa rin Siya para sa atin. Sa lugar ng paghatol, hahatulan ang bawat isa nang walang mali ayon sa lahat ng kanyang ginawa. Pero ang Panginoon ang magtatanggol sa mga anak ng Diyos, magmamakaawa Siya at sasabihing, "Hinugasan Ko ng dugo Ko ang mga kasalanan nila." Ito'y para tumanggap sila ng mas mabuting tirahan at gantimpala sa Langit. Magsasalita Siya para sa mga tao dahil bumaba Siya dito sa lupa at naranasan Niya ang lahat ng pinagdadaanan ng tao. Paano natin ganap na mauunawaan ang pag-ibig na ito ng Diyos?

Ipinahayag ng Diyos ang pagibig Niya para sa atin sa pamamagitan ng bugtong na Anak Niyang si Jesu-Cristo. Ang pag-ibig na ito ay ang dahilan kung bakit dumanak ang dugo Niya para sa atin. Ang walang kondisyon at walang pagbabagong pag-ibig ang dahilan kung bakit magpapatawad Siya ng makapitumpung pito. Sinong makakapaghiwalay sa atin sa pag-ibig Niya?

Sa Mga Taga-Roma 8:38-39, sinabi ni apostol Pablo, "Sapagkat ako'y naniniwalang lubos, na kahit ang kamatayan man, ni ang buhay, ni ang mga anghel, ni ang pinuno, ni ang mga bagay na kasalukuyan, ni ang mga bagay na darating, ni ang mga kapangyarihan, ni ang kataasan, ni ang kalaliman, ni ang alin pa mang nilalang, ay hindi makapaghihiwalay sa atin sa pag-ibig ng Diyos, na na kay Cristo Jesus na Panginoon natin."

Natanto ni apostol Pablo ang pag-ibig na ito ng Diyos at ni Cristo. Isinuko niya ang buong buhay niya para sundin ang kalooban ng Diyos bilang apostol. Bukod dito, hindi niya ipinagkait ang buhay niya para maipangaral ang ebanghelyo sa mga Hentil. Ipinakita niya ang pag-ibig ng Diyos, nakapagdala ito ng hindi mabilang na kaluluwa sa daan patungo sa kaligtasan.

Kahit tinatawag siyang 'ringleader' o pinuno ng sekta ng mga Nazareno, ibinigay niya ang buong buhay niya sa pangangaral ng Salita ng Diyos. Ibinahagi niya sa buong mundo ang tungkol sa pag-ibig ng Diyos at ng Panginoon, hindi masusukat ang kalaliman at kalawakan nito. Idinadalangin ko sa pangalan ng

Panginoon na nawa ay maging tunay na mga anak kayo ng Diyos na tumutupad ng kautusan nang may pag-ibig, at manirahan nawa kayo sa pinakamabuting tahanan sa Bagong Jerusalem, nakikibahagi sa pag-ibig ng Diyos at ni Cristo magpakailanman.

Ang May-Akda:
Dr. Jaerock Lee

Si Dr. Jaerock Lee ay ipinanganak sa Muan, Jeonnam Province, Republika ng Korea, noong 1943. Sa kanyang taong mga dalawampu, si Dr. Lee ay nagdusa mula sa iba't ibang sakit na walang kalunasan sa loob ng pitong taon at naghihintay ng kamatayan na walang pag-asang gagaling pa. Isang araw noong pabahon ng tag-sibol 1974, manapa, siya ay sinamahan sa isang simbahan ng kanyang kapatid na babae at nang siya ay lumuhod na upang manalangin, ang Buhay na Diyos ay kagyat na pinagaling siya sa lahat ng kanyang mga sakit.

Mula ng sandaling makatagpo ni Dr. Lee ang buhay na Diyos sa pamamagitan ng napaka-gandang karanasan, minahal niya ang Diyos ng buong puso at sinseridad, at noong 1978 siya ay tinawag na maging lingkod ng Diyos. Siya ay mataimtim na nanalangin ng sa gayon kanyang maliwanag na maunawaan ang kalooban ng Diyos, buong-buo na itinaguyod ito at sinunod ang lahat ang mga Salita ng Diyos. Noong 1982, pinasimulan niya ang Manmin Central Church sa Seoul, Korea, at ang napakaraming mga gawa ng Diyos, kasama na ang mga mahimalang pagpapa-galing at mga himala, ay nangyari sa kanyang simbahan.

Noong 1986, si Dr. Lee ay na-ordinahan bilang pastor sa taunang pagtitipon ng Assembly of Jesus' Sungkyul Church sa Korea, at apat na taon ang lumipas noong 1990, ang kanyang mga mensahe ay nagsimulang maisahimpapawid sa Australia, Russia, sa Pilipinas, at sa marami pa sa pamamagitan ng Far East Broadcasting Company, ang Asia Broadcast Station, at sa Washington Christian Radio System.

Tatlong taon pa ang lumipas noong 1993, ang Manmin Central Church ay piniling isa sa mga 50 Nangungunang Simbahan sa Mundo, mula sa Christian World magazine (US) at tinanggap niya ang Parangal bilang Doctor of Divinity mula sa Christian Faith College, Florida, USA at noong 1996 isang Ph.D. sa Ministeryo mula sa Kingsway Theological Seminary, Iowa, USA.

Mula 1993, si Dr. Lee ang siyang nanguna sa pandaigdigang pagmi-misyon sa pamamagitan ng mga krusada sa ibayong dagat sa; Tanzania, Argentina, L.A., Baltimore City, Hawaii, at New York ng Estados Unidos, Uganda, Japan, Pakistan, Kenya, ang Pilipinas, Honduras, India, Russia, Germany, Peru,

Democratic Republic of Congo, at Israel. Noong 2002 siya ay tinawag na "pandaigdigang pastor" ng mga pangunahing Pahayagang Krisitiyano sa Korea para sa kanyang mga gawa sa iba't ibang bansa Malakihang Nagkakaisang Krusada.

Nitong Febrero 2016, ang Manmin Central Church ay may bilang ng kaanib na 120,000 miyembro. Mayroong mga 10,000 sangay sa sariling Bansa at sa ibayong Dagat sa iba't ibang panig ng mundo, at sa kasalukuyan mayroong mahigit 102 misyonero ay naipadala na sa 23 mga bansa, kabilang na ang Estados Unidos, Russia, Germany, Canada, Japan, China, France, India, Kenya at sa marami pa.

Sa petsa ng paglalathala ng Taga-paglimbag nito, si Dr. Lee ay nakasulat na ng 100 na mga aklat, kabilang na ang pinakamabiling aklat ang Malasahan ang Walang Hanggang Buhay bago ang Kamatayan, Buhay Ko, Pananalig Ko I & II, Ang Mensahe ng Krus, Ang Sukat ng Pananampalataya, Langit I & II, Impiyerno at Ang Kapangyarihan ng Diyos. Ang kanyang mga aklat ay isinalin na sa mahigit na 76 na wika.

Ang kanyang Kristiyanong lathala ay nakikita sa Ang Hankook Iibo, Ang JoongAng Daily, Ang Dong-A Iibo, Ang Chosun Ilbo, Ang Munhwa Ilbo, Ang Seoul Shinmun, Ang Hankyoreh Shinmun, Ang Kyunghyang Shinmun, Ang Korean Economic Daily, Ang Korea Herald, Ang Shisa News, at Ang Christian Press.

Si Dr. Lee ang kasalukuyang pinuno ng maraming samahang pang-misyonero at mga asosasyon; kasama na ang pagiging Chairman, The United Holiness Church of Jesus Christ, Chairman, Global Christian Network (GCN); Tagapagtatag at Punong kinatawan, World Christian Doctors Network (WCDN); at Tagapag-tatag & punong kinatawan, Manmin International Seminary (MIS).

Langit I & II

Detalyadong paglalarawan ng napakaringal na tahanan na matatamasa ng mga tao sa langit at ang napakagandang mga antas ng kaharian ng langit.

Ang Mensahe ng Krus

Makapangyarihang mensahe para sa lahat ng taong espirituwal na natutulog! Sa aklat na ito makikita ang dahilan kung bakit si Jesus ang tanging Tagapagligtas at ang tunay na pag-ibig ng Diyos.

Impierno

Isang madamdaming mensahe sa lahat ng nilalang mula sa Diyos, na may kahilingang wala sanang mapahamak na kaluluwa patungo sa kalaliman ng Impierno! Iyong madidiskubre ang hindi pa naihahayag na nakaraan na talaan ng nakapangingilabaot na katotohanan ng Mababang Libingan at Impierno.

Ang Sukat ng Pananampalataya

Anong uri ng tahanan, korona at mga gantimpala ang nakalaan sa iyo sa langit? Ang aklat na ito ay nagbibigay ng karunungan at gabay sa iyo para sukatin ang iyong pananalig at pagyamanin ang pinakamabuti at pinakaganap na pananalig.

Buhay Ko, Pananalig Ko I & II

Napakabangong espirituwal na samyo na kinatas sa buhay na umusbong sa walang kaparis na pagmamahal para sa Diyos, sa gitna ng madidilim na alon, malamig na pamatok at ang pinakamalalim na desperasyon.

Ang Kapangyarihan ng Diyos

Ang higit na binabasa na nagsisilbing gabay na kung saan ang isa ay makapang-hahawak ng tunay na pananampalataya at maranasan ang kahanga-hangang kapangyarihan ng Diyos.

www.urimbooks.com

www.ingramcontent.com/pod-product-compliance
Lightning Source LLC
LaVergne TN
LVHW021813060526
838201LV00058B/3360